FYRIR FULLKOMNASTA LEIÐARVÍSIR UM HEIMATILBÚIÐ INNRENNSLISVÍN

AF870653

100 AUÐVELDAR OG BRAGÐGÓÐAR UPPSKRIFTIR

Perla Erlingsdóttir

Fyrirvari

Upplýsingunum sem er að finna í þessari rafbók er ætlað að þjóna sem alhliða safn aðferða sem höfundur þessarar rafbókar hefur rannsakað. Samantektir, aðferðir, ábendingar og brellur eru aðeins meðmæli frá höfundi og lestur þessarar rafbókar mun ekki tryggja að niðurstöður manns muni nákvæmlega endurspegla niðurstöður höfundar. Höfundur rafbókarinnar hefur lagt allt kapp á að veita lesendum rafbókarinnar núverandi og nákvæmar upplýsingar. Höfundur og félagar hans munu ekki bera ábyrgð á óviljandi villu eða vanrækslu sem kunna að finnast. Efnið í rafbókinni getur innihaldið upplýsingar frá þriðja aðila. Efni frá þriðja aðila samanstanda af skoðunum frá eigendum þeirra. Sem slíkur tekur höfundur rafbókarinnar ekki ábyrgð eða ábyrgð á efni eða skoðunum þriðja aðila.

EFNISYFIRLIT

KYNNING

Að fylla með víni getur verið ánægjulegt og aukning á góðum mat, drykk og fínni máltíð! Þegar vín er hitað hverfur alkóhólinnihaldið sem og súlfít og skilur aðeins eftir kjarnann sem gefur fíngerðan bragð.

Fyrsta og mikilvægasta reglan: Notaðu aðeins vín í matargerð þína eða drykki sem þú myndir drekka. Notaðu aldrei vín sem þú MYNDIR EKKI DREKKA! Ef þér líkar ekki við bragðið af víni muntu ekki líka við réttinn og drykkinn sem þú velur að nota það í.

Ekki nota svokölluð "matreiðsluvín!" Þessi vín eru yfirleitt sölt og innihalda önnur aukefni sem hafa áhrif á bragðið af völdum rétti og matseðli. Ferlið við að elda/minnka mun draga fram það versta í óæðri víni.

Vín hefur þrenns konar notkunarmöguleika í eldhúsinu - sem marineringarhráefni, sem eldunarvökvi og sem bragðefni í fullunnum rétti.

Hlutverk víns í matreiðslu er að efla, auka og leggja áherslu á bragðið og ilm matarins - ekki að fela bragðið af því sem þú ert að elda heldur frekar að styrkja það.

Til að ná sem bestum árangri ætti ekki að bæta víni í rétt áður en hann er borinn fram. Vínið ætti að malla með matnum, eða sósunni, til að auka bragðið. Það á að malla með matnum eða í sósunni á meðan það er eldað; þegar vínið eldast minnkar það og verður að þykkni sem bragðbætir.

Mundu að vín á ekki heima í öllum réttum. Fleiri en ein vínsósa í einni máltíð getur verið einhæf. Notaðu vín er að elda aðeins þegar það hefur eitthvað til að leggja til fullunna réttinn.

INNIRÆTT VÍN

1. Hvítt Sangria innrennsli vín

Hráefni

- 1/2 lime
- 1/2 sítrónu
- 1 ferskja
- 1/2 grænt epli
- 1,5 bollar vín

Leiðbeiningar:

a) Gakktu úr skugga um að vínið sé að minnsta kosti stofuhita eða aðeins heitara.

b) Skrúbbaðu létt að utan af lime og sítrónu og fjarlægðu síðan börkinn með grænmetisskeljara eða -hýði. Gakktu úr skugga um að lítið sem ekkert mali losni líka, notaðu skurðarhníf til að fjarlægja það. Skrúbbaðu eplið létt að utan, kjarnhreinsaðu það og skerðu það í gróft teninga. Skrúbbaðu ferskjuna létt að utan, fjarlægðu síðan holuna og skerðu holdið í gróft sneiðar.

c) Setjið allt hráefnið í þeytingarsopann með víninu. Lokaðu þeytingsípunni, hlaðið hana og snúðu í 20 til 30 sekúndur. Látið sifoninn sitja í eina og hálfa mínútu lengur. Settu handklæði ofan á sifoninn og loftræstu það. Opnaðu sifóninn og bíddu þar til bólan hættir.

d) Síið vínið ef vill og látið standa í að minnsta kosti 5 mínútur áður en það er notað.

2. Appelsínur og fíkjur í krydduðu rauðvíni

Hráefni

- 2 bollar rauðvín
- 1 bolli Sykur
- 1 stykki kanilstöng
- 4 stjörnu anís; bundið saman við
- 4 kardimommubelgir; bundið saman við
- 2 heilir negull
- 6 stórar nafla appelsínur; skrældar
- 12 Þurrkaðar fíkjur; helmingaður
- ⅓bolli Valhnetur eða pistasíuhnetur; hakkað

Leiðbeiningar

a) Blandið víninu, sykrinum og garni í potti sem er nógu stór til að innihalda appelsínur og fíkjur í einu lagi. Látið suðuna koma upp, þakið, við meðalhita.

b) Bætið fíkjunum út í og látið malla í 5 mínútur. Bætið appelsínunum út í og snúið þeim í 3 til 4 mínútur, snúið þeim þannig að þær eldist jafnt.

c) Slökkvið á hitanum og látið appelsínur og fíkjur kólna í sírópinu. Fjarlægðu ávextina í skál. Minnkaðu sírópið um helming og látið kólna. Fargið vöndskreytingu og skeiðið sírópi yfir fíkjur og appelsínur.

3. Stjörnuanís kaffiblandað vín

Hráefni

Fyrir rauðvínið með kaffinu

- 5 matskeiðar brenndar kaffibaunir
- 1 750 ml flaska þurrt ítalskt rauðvín
- 1 bolli vatn
- 1 bolli turbinado sykur
- 12 stjörnu anís

Fyrir kokteilinn

- 3 aura rauðvín með kaffi
- 1 únsa Cocchi Vermouth di Torino, kæld
- 2 tsk stjörnuaníssíróp
- 2 bandstrik Fee Brothers Aztec bitters
- Ís (valfrjálst)
- Skreytið: kanilstöng eða sítrónukrulla

Leiðbeiningar

a) Fyrir rauðvínið með kaffinu: Bætið kaffibaunum í vínflöskuna, lokaðu með tappa og látið renna við stofuhita í 24 klukkustundir. Síið fyrir notkun.

b) Fyrir stjörnuaníssírópið: Hitið vatn, sykur og stjörnuanís að suðu, hrærið þar til sykurinn leysist upp. Takið af hitanum og látið blandast í 30 mínútur. Sigtið og flösku, geymið í kæli.

c) Fyrir hvern drykk: Hrærið í vínglasi kaffivíni, Cocchi vermút, stjörnuaníssírópi og súkkulaðibitur. Bætið við ís ef vill og skreytið.

4. Rós, jarðarber og þrúguvín

Hráefni

- 100 g jarðarber, afhýdd og skorin í sneiðar
- 1 meðalstór rauð greipaldin, skorin í sneiðar
- 1 rósakál, valfrjálst (ef á tímabili)
- 1 tsk rósavatn
- 700ml rósaroðavín

Leiðbeiningar:

a) Setjið jarðarberin, sneið greipaldin og rósavatn í dauðhreinsaða eins lítra glerkrukku eða flösku og hellið yfir rósa. Lokaðu krukkunni vel og geymdu í kæli yfir nótt, hristu krukkuna varlega af og til til að hjálpa til við að fylla bragðið.

b) Þegar þú ert tilbúinn til að bera fram skaltu sía rósa í gegnum fínmöskju sigti klætt múslíni eða hreint J klút í stóra könnu og farga ávöxtunum.

c) Til að bera fram, bætið freyðivatni út í eitt magn af rósum, jarðarberjum og rauðum greipaldinvíni og skreytið með rósablöðum. Fyrir rósaperol spritz, blandaðu 200ml innrennsli rósa með 25ml Aperol og skreytið með sneið af greipaldin.

5. Ice Wine ferskjur

Hráefni

- 6 ferskar, roðhreinsaðar, skornar í sundur og helmingaðar
- ½ bolli sykur (125 ml)
- 1 bolli ísvín (250 ml)
- 1 bolli af vatni (250 ml)

Leiðbeiningar

a) Blandið saman 1 bolla af vatni, sykri og ísvíni í potti og látið malla við vægan hita og þar til sykurinn hefur leyst upp. Sjóðið síróp í 3 mínútur til viðbótar, takið af hitanum og setjið til hliðar þar til þarf.

b) Setjið ferskjuhelmingana í glerskál og hellið ísvínssírópi ofan á og kælið í kæli til að leyfa bragðinu að blandast saman.

c) Berið fram kælt í lítilli skál og skreytið með flórsykri.

6. Sítrónu og rósmarínvín

Hráefni

- 1 flaska hvítvín Ég myndi nota Sauvignon Blanc, Pinot Gris, Pinot Grigio eða Riesling
- 4 greinar ferskt rósmarín
- 3-4 langir bitar af sítrónuberki til að reyna að fá ekki hvíta barkann á það

Leiðbeiningar:

a) Opnaðu vínflöskuna þína eða notaðu flöskuna sem hefur verið í ísskápnum þínum í nokkra daga.

b) Hreinsaðu og þurrkaðu jurtirnar þínar (í þessu tilfelli rósmarín).

c) Fjarlægið 4-5 langa bita af sítrónuberki með grænmetisskrjálsara og passið að fá ekki of mikið af hvíta bikinu.

d) Bætið rósmarín og sítrónuberki í vínflöskuna.

e) Bætið við korki og setjið í ísskápinn yfir nótt í nokkra daga.

f) Fargið sítrónuberki og kryddjurtum.

g) Drekktu vínið.

7. Heimabakað kívívín

Hráefni

- 75 Þroskuð kíví
- 2 pund rauð vínber, frosin
- 12 aura 100% vínberjaþykkni
- 10 pund sykur
- 2 pakkar ger

Leiðbeiningar

a) Afhýðið kiwi, stappið með þíddum vínberjum, setjið sykur í karbón, leysið upp alveg, bætið maukuðum ávöxtum, vínberjaþykkni, vatni og geri út í.

b) Gerjaðu eins og venjulega. þetta er bara fyrsta rekkabragðið

8. Mangó í víni

Hráefni

- 12 þroskuð mangó
- ⅔lítra rauðvín
- 130 grömm laxersykur
- 2 fræbelgir fersk vanillu

Leiðbeiningar

a) Fjarlægðu hýðið af mangóinu og skerðu í tvennt, fjarlægðu fræin.

b) Raðið með holu hliðinni upp í stóra skál og hyljið með víni.

c) Bætið við sykri og vanillustöngum. Bakið í 45 mínútur, látið kólna og kælið síðan vel áður en það er borið fram.

9. Fífillvín

Hráefni

- 4 lítrar túnfífillblóma
- 4 lítrar sjóðandi vatn
- 6 appelsínur
- 4 sítrónur
- 2 gerkökur
- 4 pund sykur

Leiðbeiningar

a) Skellið blómin í sjóðandi vatninu og látið standa yfir nótt. Næsta morgun, sigtið, bætið kvoða og safa úr 6 appelsínum, safa úr 4 sítrónum, gerinu og sykrinum út í.

b) Látið gerjast í 4 daga, síið síðan og flösku. Berið fram í litlum glösum við stofuhita.

10. Heitt eplavín

Hráefni

- ½ bolli rúsínur
- 1 bolli Létt romm
- 6 bollar Eplasvín eða harður eplasafi
- 2 bollar appelsínusafi
- ⅓bolli Púðursykur
- 6 heilir negull
- 2 kanilstangir
- 1 appelsína, sneið

Leiðbeiningar

a) Leggðu rúsínur í bleyti í rommi í litla skál í nokkrar klukkustundir eða yfir nótt.

b) Blandið öllu hráefninu saman í stórum potti og hitið, hrærið oft þar til sykurinn leysist upp. Látið malla varlega þar til það er heitt. Ekki sjóða. Berið fram í hitaþolnum punchbollum eða krúsum.
Gerir 9 bolla

11. Heitt trönuberjavínsbolli við eldinn

Hráefni

- 4 bollar trönuberjasafa kokteill
- 2 bollar Vatn
- 1 bolli Sykur
- 4 tommu stafur kanill
- 12 negull, heil
- 1 hýði af 1/2 sítrónu, skorið í
- 1 ræmur
- 2 Fimmtungur af þurru víni
- $\frac{1}{4}$ bolli sítrónusafi

Leiðbeiningar

a) Blandið trönuberjasafa, vatni, sykri, kanil, negul og sítrónuberki saman í pönnu. Látið suðuna koma upp, hrærið þar til sykurinn er uppleystur.

b) Látið malla, án loks, 15 mínútur, síið. Bætið víni og sítrónusafa út í, hitið vel, en EKKI sjóða. Stráið múskat ofan á hvern skammt, ef vill.

12. Piparvín

Hráefni

- 6 Pipar, rauður, heitur; ferskur
- 1-pint romm, létt

Leiðbeiningar

a) Setjið heilu paprikuna í glerkrukku og hellið romminu (eða þurru sherry) út í. Lokið vel með lokinu og látið standa í 10 daga fyrir notkun.

b) Notaðu nokkra dropa í súpur eða sósu. Piparedik er búið til á sama hátt.

c) Ef fersk paprika er ekki fáanleg má nota heila, heita þurrkaða papriku.

13. Ananas í púrtvíni

Hráefni

- 1 meðalstór ananas, hreinsaður (um 2-1/2 lbs.)
- Fínt skorið börk af 1 appelsínu
- Fínt skorið börk af 1/2 greipaldin
- 4 matskeiðar Ljós púðursykur, eða eftir smekk
- $\frac{3}{4}$ bolli ananassafi
- $\frac{1}{2}$ bolli Púrtvín

Leiðbeiningar

a) Þetta er sérstaklega góð meðferð fyrir ananas sem reynist ekki eins sætur og hann ætti að vera. Því betri sem púrtvínið er, því betra er eftirrétturinn. Gerðu þennan eftirrétt daginn á undan fyrir besta bragðið.

b) Afhýðið, sneið og kjarnhreinsið ananasinn og skerið í 1 tommu teninga eða þunnar sneiðar. Eldið börk, sykur og ananassafa á pönnu. Eldið þar til börkarnir eru mjúkir, um það bil 5 mínútur. Á meðan vökvinn er enn heitur, bætið þá ananasbitunum út í og hrærið portinu saman við

c) Geymið í kæli í að minnsta kosti 8 klukkustundir, eða yfir nótt. Látið ná stofuhita áður en það er borið fram, annars glatast bragðið.

14. Rabarbaravín

Hráefni

- 3 pund rabarbari
- 3 pund hvítur sykur
- 1 tsk ger næringarefni
- 1 lítra heitt vatn (þarf ekki að vera sjóðandi)
- 2 Campden töflur (muldar)
- Vín ger

Leiðbeiningar

a) Saxið rabarbarastilkana og frystið í plastpoka í nokkra daga áður en vínið er búið til. Ég skil eiginlega ekki hvers vegna þetta ætti að skipta máli, en það gerir það. Ef þú notar ferskan rabarbara kemur vínið aldrei eins gott út.

b) Þú verður að hafa þolinmæði. Rabarbaravín getur bragðast óáhugavert eftir átta mánuði og mjög gott eftir tíu mánuði. Þú verður að láta það mýkjast.

c) Notaðu frosinn niðurskorinn rabarbara. Settu það í aðal gerjunarbúnaðinn ásamt sykrinum. Lokið og látið standa í 24 klst. Bætið heita vatninu út í, blandið öllu saman og sigtið síðan rabarbarann úr.

d) Setjið vökvann aftur í aðal gerjunargræðsluna og þegar hann er orðinn volgur bætið við afganginum af hráefninu.

e) Lokið og látið það gerjast í þrjá eða fjóra daga. Síðan er vökvanum hellt í lítrabrúsa með gerjunarlásum.

15. Heitt kryddað vín

Hráefni

- $\frac{1}{4}$ lítri hvítvín eða rauðvín (1 bolli plús 1 matskeið) 6 sykurmolar, eða eftir smekk
- 1 hver Heill negull
- 1 lítið stykki sítrónubörkur
- Smá kanill

Leiðbeiningar

a) Blandið öllu hráefninu saman og hitið, varla að suðumarki.

b) Hellið í forhitað glass, vefjið glasið inn í servíettu og berið fram strax.

16. Vín með trönuberjum

Hráefni

- 2 c. þurrt hvítvín, eins og Sauvignon Blanc eða Chardonnay
- 1 c. fersk eða frosin þídd trönuber

Leiðbeiningar

a) Bætið víni og trönuberjum í ílát með þéttu loki.

b) Lokið og hristið nokkrum sinnum. Látið standa við stofuhita yfir nótt. Síið fyrir notkun; farga trönuberjum.

17. Hindberjamyntuvín

Hráefni

- 1 bolli fersk hindber
- 1 lítið búnt fersk mynta
- 1 flaska hvítvín þurrt eða sætt, hvað sem þú vilt

Leiðbeiningar:

a) Setjið hindberin og myntuna í lítra stóra krukku. Notaðu skeið til að mylja hindberin aðeins upp.

b) Hellið allri vínflöskunni yfir hindberin og myntuna, hyljið síðan með loki og setjið á rólegan stað í eldhúsinu þínu.

c) Látið innrennslið malla í 2-3 daga, síið svo hindberin og myntuna úr með fínmáskuðu sigti og njótið!

18. Ástarríkt vín

Hráefni

- 1 glerkrukka 1 lítra eða 1-quart stærð
- 2 tsk kanillduft eða 2 kanilstangir
- 3 tsk engiferrótarduft eða fersk engiferrót afhýdd um það bil 1 tommu að lengd
- valkostur 1 -- 1 tommu stykki af vanillustöng eða 1 tsk vanilluþykkni
- eða valmöguleiki 2 -- 2 kardimommubólgar + 2 stjörnuanís
- 3 bollar rauðvín eða ein 750 ml flaska

Leiðbeiningar:

a) Bætið rauðvíninu í krukkuna

b) Bætið jurtahlutunum við

c) Hrærið til að blanda hráefni.

d) Setjið lok á krukkuna. Sett í svalan, dimman skáp í 3-5 daga.

e) Sigtið vel (eða 2x) í aðra krukku eða fallega glerkönnu. Það er tilbúið!!!

19. Epli í rauðvíni

Hráefni

- 1 kíló epli (2 1/4 lb.)
- 5 desilítrar rauðvín (1 pint)
- 1 Kanillstafur
- 250 grömm sykur (9 oz.)

Leiðbeiningar

a) Tíu klukkustunda fyrirvara skaltu elda vínið, kanilinn og sykurinn við vægan hita í 10 mínútur með því að nota breiðan, grunnan pott.

b) Afhýðið eplin og skerið þau í litlar kúlur með um það bil 2½ cm (1 tommu) þvermál melónukúlu.

c) Kastaðu eplakúlunum í heita vínið. Þeir ættu ekki að skarast: þess vegna þarftu breitt, grunnt pönnu. Látið malla í 5 til 7 mínútur, þakið álpappír til að halda þeim á kafi.

d) Þegar eplin eru soðin en enn stíf skaltu taka pönnuna af hellunni. Látið eplakúlurnar malla í rauðvíninu í um 10 klukkustundir til að fá góðan rauðan lit.

e) Borið fram: vel kælt, með kúlu af vanilluís eða í úrvali af köldum ávaxtaeftirréttum.

20. Bajan piparvín

Hráefni

- 18 "vín paprikur" eða svipað magn af litlu rauðu paprikunum
- Barbados hvítt romm
- Sherry

Leiðbeiningar

a) Fjarlægðu stilkana af paprikunni og settu í flösku, hyldu síðan með rommi og láttu standa í tvær vikur.

b) Sigtið og þynnið að tilskildum „heitleika" með sherry.

21. Appelsínu eftirréttvín

Hráefni

- 5 appelsínur
- 2 sítrónur
- 5 lítrar Vín, þurrt hvítt
- 2 pund sykur
- 4 bollar Brandy
- 1 hver vanillustöng
- 1 hvert stykki (1/2) appelsínubörkur, þurrt

Leiðbeiningar

a) Rífið hýðið af appelsínunum og sítrónunum og geymið. Skerið ávextina í fjórða hluta og setjið í demi-john eða annað stórt ílát (crock eða glas).

b) Hellið víninu út í, bætið síðan rifnu hýðinu, sykri, koníakinu, vanillustönginni og þurrkaðri appelsínubörk út í.

c) Lokaðu krukkunni og geymdu á köldum dimmum stað í 40 daga. Sigtið í gegnum klút og flösku. Berið fram kælt.

22. Appelsína með rauðvínssírópi

Hráefni

- 2 bollar rauðvín í fullu bragði
- ½ bolli Sykur
- 1 3" stykki kanilstöng
- 2 miðlungs appelsínugult hunangsmelónur eða kantalópur

Leiðbeiningar

a) Blandið saman víni, sykri og kanil í miðlungs óvirkum potti. Látið suðuna koma upp við háan hita og eldið þar til það hefur minnkað um helming, um það bil 12 mínútur.

b) Fjarlægðu kanilinn og láttu sírópið kólna niður í stofuhita

c) Haldið melónunum í tvennt og fargið fræjunum. Skerið þunna sneið af botni hvers melónuhelmings þannig að hún sitji upprétt og setjið hvern helming á disk.

d) Hellið rauðvínssírópinu í melónuhelmingana og berið fram með stórum skeiðum.

23. Appelsínuvín

Hráefni

- 3 Naval appelsínur; helmingaður
- 1 bolli Sykur
- 1 lítra hvítvín
- 2 miðlungs Naval appelsínur
- 20 Heilir negull

Leiðbeiningar

a) Í potti, við meðalhita, kreistið appelsínuhelmingana í pottinn, bætið kreistu appelsínunum og sykrinum saman við. Látið suðuna koma upp, lækkið hitann í lágan og látið malla í 5 mínútur. Takið af hitanum og kælið alveg.

b) Sigtið í $1\frac{1}{2}$ lítra krukku, þrýstið á appelsínurnar með bakinu á skeið til að losa allan safann. Hrærið víninu saman við. Stingið negulunum í heilu appelsínurnar. Skerið appelsínurnar í tvennt og bætið í krukkuna.

c) Festið lokið vel og látið standa í að minnsta kosti 24 klukkustundir og allt að 1 mánuð.

24. Engifervín

Hráefni

- $\frac{1}{4}$ pund engifer
- 4 pund DC sykur
- 1 lítra vatn
- 2 tsk ger
- $\frac{1}{2}$ pund Þurrkaðir ávextir
- $\frac{1}{2}$ aura Mace

Leiðbeiningar

a) Myljið engifer og setjið í krukku. Bætið við öllu öðru hráefninu og látið standa í 21 dag.

b) Sigtið og flaska.

25. Mulled Wine

Hráefni

- 1 flaska rauðvín
- 2 appelsínur
- 3 kanilstangir
- 5 stjörnu anís
- 10 heilir negull
- 3/4 bolli Púðursykur

Leiðbeiningar:

a) Setjið allt hráefnið nema appelsínurnar í meðalstóran pott.

b) Skrælið helminginn af einni appelsínu með beittum hníf eða skrælara. Forðastu að afhýða eins mikið af möl (hvíti hlutinn) og mögulegt er, þar sem það hefur beiskt bragð.

c) Safa appelsínurnar og bæta í pottinn ásamt appelsínuberkinum.

d) Hitið blönduna yfir meðalhita þar til hún er rétt að gufa. Lækkið hitann í lágan suðu. Hitið í 30 mínútur til að láta kryddin blandast inn.

e) Sigtið vínið og berið fram í hitaþolnum bollum.

26. Vínkælir

Hráefni

- 1 Afgreiðsla
- $\frac{3}{4}$ bolli límonaði
- $\frac{1}{4}$ bolli þurrt rauðvín
- Kvistur af myntu
- Maraschino kirsuber

Leiðbeiningar

a) Þetta gerir litríkan og einnig frískandi drykk ef vökvanum er ekki blandað saman. Hellið límonaði yfir mulinn ís og bætið síðan rauðvíninu út í.

b) Skreytið með myntugrein og kirsuberjum. Gott fyrir heita daga.

27. Víneggjakaka

Afrakstur: 20 skammtar

Hráefni

- 4 eggjahvítur
- 1 Fimmti þurrt hvítvín
- ½ bolli ferskur sítrónusafi
- 1 matskeið sítrónubörkur; rifið
- 1 bolli hunang
- 6 bollar Mjólk
- 1 lítri Hálft og hálft
- 1 múskat; nýrifið

Leiðbeiningar

a) Stífþeytið eggjahvítur og setjið til hliðar. Blandið víni, sítrónusafa, börki og hunangi saman í stórum potti. Hitið, hrærið, þar til það er orðið heitt, bætið síðan mjólk og rjóma rólega út í.

b) Haltu áfram að hita og hrærið þar til blandan er froðukennd; fjarlægðu af hitanum. Brjótið eggjahvítur saman við og berið fram í krúsum með múskat yfir.

28. Peach vínkælir

Hráefni

- 16 aura Ósykraðar ferskjur; þiðnað
- 1 lítri ferskjusafi
- 750 millilítrar Þurrt hvítvín; = 1 flaska
- 12 aura Apríkósu nektar
- 1 bolli Sykur

Leiðbeiningar

a) Maukið ferskjur í blandara eða matvinnsluvél. Í ílát, blandaðu ferskjum og afganginum af hráefninu.

b) Lokið og kælið í 8 klukkustundir eða yfir nótt til að leyfa bragði að blandast saman. Geymið í kæli. Berið fram kælt.

29. Vín með grænu tei

Hráefni:

- 8 hrúgaðar teskeiðar af lausblaðgrænu tei
- 1 flaska (750 ml) af Sauvignon Blanc
- Einfalt síróp - Valfrjálst
- Sodavatn eða límonaði - Valfrjálst

Leiðbeiningar:

a) Settu teblöðin beint í vínflöskuna, auðveldasta leiðin til þess er að nota litla trekt svo blöðin fari ekki alls staðar.

b) Skelltu korknum aftur í eða notaðu flöskustopp og settu síðan í ísskáp yfir nótt, eða að lágmarki 8 klukkustundir.

c) Þegar þú ert tilbúinn að drekka vínið skaltu sía blöðin úr með netsíi og setja aftur á flösku.

d) Bætið við einföldu sírópi og gosi eða límonaði eftir smekk - valfrjálst.

30. Frískandi vín daiquiri

Hráefni

- 1 dós (6-oz) frosið límonaði
- 1 pakki (10 oz) frosin jarðarber; örlítið þiðnað
- 12 aura hvítvín
- Ísmolar

Leiðbeiningar

a) Setjið límonaði, jarðarber og vín í blandara.

b) Blandið aðeins saman. Bætið ísmolum út í og haltu áfram að blanda í æskilega samkvæmni.

31. Melónu og jarðarber kokteill

Hráefni

- 1 Charentals Oregon melóna
- 250 grömm jarðarber; þvegið
- 2 tsk púðursykur
- 425 millilítrar Þurrt hvítvín eða freyði
- 2 greinar myntu
- 1 tsk svartur pipar; mulið
- appelsínusafi

Leiðbeiningar

a) Skerið melónuna í bita og fjarlægðu fræin. Haldið jarðarberin og setjið í skál.

b) Fjarlægðu melónukúlurnar með því að nota skeri og settu í skálina. stráið flórsykrinum, saxaðri myntu og svörtum pipar yfir.

c) Hellið appelsínusafanum og víni yfir. Hrærið varlega saman og geymið í kæli í 30 mínútur til 1 klst.

d) Til kynningar skaltu setja kokteilinn í melónuskeljarnar eða í kynningarglas.

32. Skartsett vínskimmer

Hráefni

- 1 stór sítrónugeló
- 1 bolli Vatn, sjóðandi
- 1 bolli vatn, kalt
- 2 bollar Rósavín
- $\frac{1}{2}$ bolli Frælaus græn vínber
- $\frac{1}{2}$ bolli fersk bláber
- 11 aura Mandarin appelsínuhlutar, tæmd
- Salatblöð

Leiðbeiningar

a) Leysið hlaupið upp í sjóðandi vatni í stórri skál; hrærið köldu vatni og víni út í. Kældu þar til það er þykkt en ekki stíft, um 1-$\frac{1}{2}$ klukkustund. Brjótið saman vínber, bláber og mandarínur appelsínuhluta.

b) Hellið í einstök mót, eða olíuborið 6 bolla mót. Kælið í um 4 klukkustundir eða þar til það er stíft. Til að bera fram skaltu taka af mótun á salatfóðruðum framreiðsludiskum.

33. Rósmarínvín og svart te

Hráefni

- 1 flöskukarla; EÐA... annað bragðmikið rauðvín
- 1 lítri af svörtu tei forsrh. Assam eða Darjeeling
- ¼ bolli Milt hunang
- ⅓bolli Sykur; eða eftir smekk
- 2 appelsínur skornar þunnar og fræhreinsaðar
- 2 kanilstangir (3 tommu)
- 6 heilir negull
- 3 rósmarín greinar

Leiðbeiningar

a) Hellið víninu og teinu í pott sem ekki tærist. Bætið við hunangi, sykri, appelsínum, kryddi og rósmaríni. Hitið við vægan hita þar til það er varla gufusoðið. Hrærið þar til hunangið er uppleyst.

b) Takið pönnuna af hellunni, lokið á og látið standa í að minnsta kosti 30 mínútur. Þegar það er tilbúið til að bera fram, hitið aftur þar til það er rétt að gufa og berið fram heitt

34. Earl Grey Tea Spritzer

Hráefni

- 2 tepokar af Aged Earl Grey
- 1 punnet af bláberjum
- Nokkrir greinar af ferskri myntu
- $\frac{1}{2}$ bolli agave síróp
- 1 flaska freyðivín
- 1 bakki af ísmolum

Leiðbeiningar

a) Látið sjóða tvo bolla af vatni og bætið tepokunum við. Látið þær malla í 10 mínútur og bætið agavesírópinu út í blönduna.

b) Hrærið bakka með ísmolum út í blönduna og setjið í ísskáp þar til hún kólnar.

c) Þegar það hefur kólnað, bætið við myntu og bláberjum eftir smekk og freyðivíni og hrærið síðan saman í könnu.

d) Njóttu!

35. Heitt súkkulaði með víni

Hráefni

- $\frac{1}{2}$ bolli rjómamjólk
- $\frac{1}{2}$ bolli hálf og hálfur - skiptu út fyrir jafna hluta af fullri mjólk og léttþykktum rjóma, ef það er ekki til
- $\frac{1}{4}$ bolli/45g dökkt súkkulaðiflögur
- $\frac{1}{2}$ bolli þurrt rauðvín - helst Shiraz
- Nokkrir dropar af vanilluþykkni
- 1 matskeið/15ml sykur
- Örlítið klípa af salti

Leiðbeiningar:

a) Blandið nýmjólkinni, hálfu og hálfu, dökku súkkulaðihnöppum/flögum, vanilluþykkni og salti saman í pott við vægan hita.

b) Hrærið stöðugt í til að koma í veg fyrir að súkkulaðið í botninum brenni þar til það er alveg uppleyst. Þegar það er orðið gott og heitt, takið það af hitanum og hellið vínóinu út í. Blandið vel saman.

c) Smakkaðu heita súkkulaðið og stilltu sætleikann með sykri. Hellið í heitt súkkulaðibolla og berið fram strax.

36. Trönuberja-vín kýla

Hráefni

- $1\frac{1}{2}$ lítri trönuberjasafa kokteill; kældur
- 4 bollar Burgundy eða annað þurrt rauðvín; kældur
- 2 bollar ósykrað appelsínusafi; kældur
- Appelsínusneiðar; (valfrjálst)

Leiðbeiningar

a) Sameina fyrstu 3 hráefnin í stórri skál; hrærið vel.

b) Skreytið með appelsínusneiðum ef vill.

VÍN-INNFLÆÐUR MATUR

37. Ávaxta- og vínkompott

Hráefni

- 4 litlar perur
- 1 appelsínugult
- 12 Rakar sveskjur
- A 2,5 cm; (1 tommu) stafur; kanill
- 2 kóríanderfræ
- 1 negull
- $\frac{1}{4}$ lárviðarlauf; (valfrjálst)
- ⅓Vanillustöng
- 4 matskeiðar laxersykur
- $1\frac{1}{2}$ bolli Gott rauðvín

Leiðbeiningar

a) Afhýðið perurnar og þvoið þær og skerið appelsínuna í $\frac{1}{2}$ cm ($\frac{1}{4}$ tommu) sneiðar.

b) Setjið perur varlega, stöngulið upp, í pott. Setjið sveskjur á milli peranna og bætið við kanil, kóríanderfræjum, negul, lárviðarlaufi, vanillu og laxersykri.

c) Toppið með appelsínusneiðum og bætið við víni. Ef nauðsyn krefur, bætið við vatni þannig að það sé bara nægur vökvi til að hylja ávextina.

d) Látið suðuna koma upp, látið suðuna koma upp og steikið perurnar í 25 til 30 mínútur þar til þær eru mjúkar. Látið ávextina kólna í vökva.

e) Fjarlægðu krydd og berið fram ávexti og vökva úr aðlaðandi framreiðsludiski.

38. Súkkulaðitrufflur

Hráefni

- 1 10-oz poki hálfsæt súkkulaðiflögur
- 1/2 bolli þungur þeyttur rjómi
- 1 matskeið ósaltað smjör
- 2 matskeiðar rauðvín
- 1 tsk vanilluþykkni
- Álegg: muldar reyktar möndlur, kakóduft, brætt súkkulaði og sjávarsalt

Leiðbeiningar:

a) Saxið súkkulaðið: Hvort sem þú ert að nota súkkulaðiblokk eða súkkulaðibita, þá ætlarðu að saxa þær niður til að auðvelda þær að bráðna.

b) Settu saxaða súkkulaðið í stóra ryðfríu stáli eða glerskál.

c) Hitið rjóma og smjör: Hitið rjómann og smjörið í litlum potti við meðalhita, rétt þar til það byrjar að sjóða.

d) Blandið rjóma saman við súkkulaði: Um leið og vökvinn fer að sjóða hellið honum strax í skálina yfir súkkulaðið.

e) Bætið við viðbótarvökva: Bætið vanillu og víni út í og þeytið þar til slétt er.

f) Kælið/kælið: Setjið plastfilmu yfir skálina og setjið í kæli í um klukkustund (eða í frysti í 30 mín-1 klukkustund), þar til blandan er orðin stíf.

g) Rúlla trufflur: Þegar trufflurnar hafa kólnað skaltu ausa þeim út með melónukúlu og rúlla þeim með höndunum. Þetta verður ruglað!

h) Húðaðu þá síðan með áleggi sem þú vilt. Ég elska muldar reyktar möndlur, kakóduft og bráðið hert súkkulaði með sjávarsalti.

39. Ís með jarðarberjum

Hráefni

- 2 lítrar Jarðarber
- $\frac{1}{4}$ bolli sykur
- $\frac{1}{3}$bolli Þurrt rauðvín
- 1 heilt kanilstöng
- $\frac{1}{8}$ teskeið Pipar, nýmalaður
- 1-pint vanilluís
- 4 greinar fersk mynta til skrauts

Leiðbeiningar

a) Ef jarðarber eru lítil, skera í tvennt; ef stór, skera í fernt.

b) Blandið saman sykri, rauðvíni og kanilstöng í stórri pönnu; eldið við miðlungs háan hita þar til sykurinn leysist upp, um það bil 3 mínútur. Bæta við jarðarberjum og pipar; eldið þar til berin mýkjast örlítið, 4 til 5 mínútur.

c) Takið af hitanum, fargið kanilstöng og skiptið berjum og sósu á milli rétta; berið fram með vanilluís og myntukvisti ef vill.

40. Melónumús í muskatvíni

Hráefni

- 11 aura Melónukjöt
- ½ bolli Sweet Muskat vín
- ½ bolli Sykur
- 1 bolli Heavy Cream
- ½ bolli Sykur
- ½ bolli Vatn
- Fjölbreyttir ávextir
- 1½ matskeið gelatín
- 2 eggjahvítur
- 2 bollar Sweet Muskat vín
- 1 kanilstöng
- 1 vanillustöng

Leiðbeiningar

a) Vinnið melónukjötið í blandara í slétt mauk.

b) Setjið matarlímið og ½ bolla Muskat vín á litla pönnu og látið suðuna koma upp, blandið vel saman til að tryggja að matarlímið sé alveg uppleyst. Bætið gelatínblöndunni út í maukuðu melónuna og blandið vel saman. Setjið yfir skál fulla af ísmolum.

c) Á meðan þeytið þið eggjahvíturnar, bætið sykrinum út í smám saman þar til þær eru þykkar. Flyttu moussen í skál.

d) Til að búa til sósuna, setjið sykur og vatn á meðalstóra pönnu, hitið að suðu og eldið við lágan hita þar til það þykknar og verður gullinbrúnt. Bætið 2 bollum af Muskat víni, kanilstöng, vanillustöng og ræma af appelsínuberki út í. Sjóðið.

41. Ísraelsk vín- og hnetukaka

Hráefni

- 8 egg
- $1\frac{1}{2}$ bolli kornsykur
- $\frac{1}{2}$ tsk Salt
- $\frac{1}{4}$ bolli appelsínusafi
- 1 matskeið appelsínubörkur
- $\frac{1}{4}$ bolli rauðvín
- $1\frac{1}{4}$ bolli Matzoh kökumáltíð
- 2 matskeiðar Kartöflusterkju
- $\frac{1}{2}$ tsk kanill
- ⅓bolli Möndlur; mjög smátt saxað

Leiðbeiningar

a) Þeytið $1\frac{1}{4}$ bolla af sykri og salti smám saman út í eggjarauðublönduna þar til það er mjög þykkt og ljós á litinn. Bæta við appelsínusafa, börki og víni; þeytið á miklum hraða þar til þykkt og ljóst, um 3 mínútur.

b) Sigtið saman mjöl, kartöflusterkju og kanil; Blandið smám saman saman við appelsínublönduna þar til það hefur blandast vel saman. Þeytið eggjahvítur á hæsta hraða þar til hvíturnar standa í toppi en eru ekki þurrar.

c) Brjótið marengs létt saman við blönduna. Brjótið hnetur varlega í deigið.

d) Breyttu í ósmurða 10 tommu rörpönnu með botn fóðruð með vaxpappír.

e) Bakið við 325 gráður.

42. Vínkex

Afrakstur: 12 skammtar

Hráefni

- $1\frac{1}{4}$ bolli hveiti
- 1 klípa Salt
- 3 aura stytting; (Óleó)
- 2 aura sykur
- 1 egg
- $\frac{1}{4}$ bolli Sherry

Leiðbeiningar

a) Undirbúðu eins og þú myndir gera fyrir venjulegt kex, það er: sameinaðu þurru hráefnin og skerið í oleo. Blandið saman eggi og sherry og blandið saman við til að mynda mjúkt deig.

b) Berið út á hveitistráðu yfirborði. Skerið með kexskera, setjið á bökunarplötur og stráið smá af sykri eða hveiti yfir. Bakið 350, 8 til 10 mínútur.

43. Stækilsberjavínsfondú

Hráefni

- $1\frac{1}{2}$ pund stikilsber; toppað og skottað
- 4 aura Caster (kornaður) sykur
- ⅔bolli Þurrt hvítvín
- 2 tsk maísmjöl (maissterkja)
- 2 matskeiðar Stakur (létt) rjómi
- Brandy smellir

Leiðbeiningar

a) Geymið nokkur stikilsber til skrauts og látið síðan afganginn í gegnum sigti til að búa til mauk.

b) Í fondú potti, blandaðu maísmjöli slétt saman við rjóma. Hrærið krækiberjamauki út í, hitið síðan þar til það er slétt og þykkt, hrærið oft.

c) Skreytið með fráteknum stikilsberjum og berið fram með brandy snapp.

44. Köku- og vínbúðingur

Hráefni

- Makrónur
- 1-pint vín
- 3 Eggjarauða
- 3 Eggjahvíta
- Svampkaka
- Lady fingur
- 1 tsk maíssterkja
- 3 tsk Sykur
- $\frac{1}{2}$ bolli Hnetur, saxaðar

Leiðbeiningar

a) Settu bita af köku, dömufingri eða álíka köku í leirfat (fylltu um það bil $\frac{1}{2}$ fullt). Bætið við nokkrum makrónum. Hitið vínið. Blandið maíssterkju og sykri saman við og bætið víninu rólega út í.

b) Þeytið eggjarauðurnar og bætið út í vínblönduna. Eldið um 2 mínútur. Hellið yfir kökuna og látið kólna. Þegar það er kólnað, hyljið stífþeyttu eggjahvíturnar yfir og stráið söxuðum hnetukjöti yfir.

c) Bakið við 325-F í nokkrar mínútur til að brúnast. Berið fram kalt

45. Rauðvín og bláberjagraníta

Hráefni

- 4 bollar fersk bláber
- 2 bollar sykursíróp
- 2 bollar Burgandy eða þurrt rauðvín
- $4\frac{1}{2}$ bolli sykur
- 4 bollar Vatn

Leiðbeiningar

a) Sigtið bláberin í stóran pott með sigti, fargið föstu efni. Bætið sírópinu og víni út í, látið suðuna koma upp, lækkið hitann og látið malla, án loks, í 3-4 mínútur. Hellið blöndunni í 8 tommu fermetra fat, hyljið og frystið í að minnsta kosti 8 klukkustundir eða þar til það er stíft.

b) Takið blönduna úr frystinum og skafið alla blönduna með tönnum á gaffli þar til hún verður dúnkennd. Skeið í ílát; hylja og frysta í allt að einn mánuð.

c) Basic sykursíróp: Blandið saman í potti, hrærið vel. Látið suðuna koma upp, eldið þar til sykurinn leysist upp.

46. Melóna og bláberja coupé

Hráefni

- $1\frac{1}{2}$ bolli þurrt hvítvín
- $\frac{1}{2}$ bolli Sykur
- 1 vanillustöng; skipt eftir endilöngu
- 2⅓bolli Cantaloupe teningur; (um 1/2 melóna)
- 2⅓bolli Honeydew teningur
- 2⅓bolli Vatnsmelónu teningur
- 3 bollar fersk bláber
- $\frac{1}{2}$ bolli Hakkað fersk mynta

Leiðbeiningar

a) Blandið $\frac{1}{2}$ bolli af víni og sykri saman í litlum potti. Skafið fræin úr vanillustönginni; bæta við baun. Hrærið við lágan hita þar til sykurinn leysist upp og sírópið er heitt, um það bil 2 mínútur. Takið af hitanum og látið malla í 30 mínútur. Fjarlægðu vanillustöngina úr sírópinu.

b) Blandið öllum ávöxtum saman í stóra skál. Bætið myntu og 1 bolli af víni í sykursírópið. Hellið ávöxtum yfir. Lokið og kælið í að minnsta kosti 2 klst.

c) Skeið ávöxtum og smá síróp í stóra stöngulbikara.

47. Lime baka með vínarjóma

Hráefni

- $1\frac{1}{4}$ bolli Kældur þeyttur rjómi
- 6 matskeiðar Sykur
- 2 matskeiðar sætt eftirréttarvín
- $1\frac{1}{2}$ msk ferskur sítrónusafi
- 1 msk Fínt saxaðar valhnetur
- $\frac{1}{4}$ bolli sykur
- $\frac{1}{2}$ tsk Salt
- $\frac{3}{4}$ bolli kælt ósaltað smjör
- 2 stórar eggjarauður og 4 stór egg
- $\frac{1}{2}$ bolli ferskur lime safi og 1 msk Rifinn lime berki

Leiðbeiningar

a) Blandið rjóma, sykri, víni og sítrónusafa saman í blöndunarskál og þeytið þar til mjúkir toppar myndast. Blandið hnetunum varlega saman við.

b) Blandið saman hveiti, sykri og salti í örgjörva. Bæta við smjöri; skera í með því að nota kveikt/slökkt þar til blandan líkist grófu mjöli. Þeytið eggjarauður og vatn í skál. Bæta við örgjörva; blandið með því að nota kveikja/slökkva þar til rakar kekkir myndast. Bakið í 20 mínútur.

c) Þeytið egg og sykur í skál þar til létt og rjómakennt. Sigtið hveiti í eggjablönduna; þeyta til að sameina. Bætið súrmjólk út í. Bræðið smjör með limesafa og hrærið saman við eggjablönduna. Hellið fyllingunni í skorpuna.

48. Matzoh-vínrúllur

Hráefni

- 8 ferninga matzoh
- 1 bolli sætt rauðvín
- 8 aura hálfsætt súkkulaði
- $\frac{1}{2}$ bolli Mjólk
- 2 matskeiðar kakó
- 1 bolli Sykur
- 3 matskeiðar Brandy
- 1 tsk instant kaffiduft
- 2 Stafmar smjörlíki

Leiðbeiningar

a) Myljið matzoh og drekkið í víninu. Bræðið súkkulaðið með mjólkinni, kakóduftinu, sykri, brennivíni og kaffi við mjög lágan hita.

b) Takið af hitanum og bætið smjörlíkinu út í. Hrærið þar til bráðið.

c) Bætið matzoh út í súkkulaðiblönduna. Skiptið blöndunni í tvo helminga. Mótaðu hvern helming í langa rúllu og settu vel inn í álpappír. Geymið í kæli yfir nótt, fjarlægið álpappírinn og skerið í sneiðar.

d) Setjið fjóra bolla á pappír og berið fram.

49. Moustokouloura

Hráefni

- $3\frac{1}{2}$ bolli alhliða hveiti plús aukalega til að hnoða
- 2 tsk matarsódi
- 1 msk Nýmalaður kanill
- 1 msk Nýmalaður negull
- $\frac{1}{4}$ bolli Mild ólífuolía
- 2 matskeiðar hunang
- $\frac{1}{2}$ bolli grískt vínmustsíróp
- $\frac{1}{2}$ appelsína
- 1 bolli appelsínusafi

Leiðbeiningar

a) Sigtið hveiti, matarsóda, kanil og negul saman í stóra skál og gerið holu í miðjunni.

b) Í minni skál, þeytið ólífuolíuna með hunanginu, petimezi, rifnum appelsínuberki og $\frac{1}{2}$ appelsínusafanum og hellið í brunninn. Blandið saman til að búa til deig.

c) Setjið á hveitistráð yfirborð og hnoðið í um 10 mínútur þar til deigið er slétt en ekki stíft.

d) Brjóttu af deigstykki, um það bil 2 matskeiðar hver, og rúllaðu í snáka um $\frac{1}{2}$ tommu í þvermál.

e) Bakið í ofni sem er hitaður í 375 F í 10-15 mínútur - þar til þær eru brúnar og stökkar, en ekki of harðar.

50. Appelsínuvínskúffur

Hráefni

- $2\frac{1}{2}$ matskeið appelsínubörkur
- 2 bollar sætabrauð eða alhliða hveiti
- $\frac{1}{2}$ tsk Salt
- 1 tsk lyftiduft
- 2 matskeiðar (1/4 stafur) smjör eða
- Smjörlíki, mýkt
- $\frac{1}{2}$ bolli hvítvín

Leiðbeiningar

a) Forhitið ofninn í 350 ~ F.

b) Til að undirbúa börkinn, rífðu ytri hýði appelsínanna létt á móti fínu rifjárni.

c) Blandið saman hveiti, appelsínubörk, salti og lyftidufti í stóra skál. Skerið smjörið út í og bætið víninu hægt út í.

d) Brjótið vinstri þriðjung deigsins yfir miðjuþriðjunginn á hveitistráðu yfirborði. Sömuleiðis skaltu brjóta hægri þriðjunginn yfir miðjuna.

e) Fletjið deigið nokkuð þynnra út að þessu sinni, um það bil $\frac{1}{8}$ tommu þykkt.

f) Skerið í 2 tommu ferninga með beittum hníf.

g) Stungið hverja kex alla leið í gegnum 2 eða 3 sinnum með tönnum á gaffli. Bakið í 15 til 20 mínútur, þar til þær eru ljósbrúnar.

51. Appelsínumöndlukaka

Hráefni

- $\frac{1}{2}$ bolli ósaltað smjör - (1 stafur); mýkt
- 1 bolli Kornsykur
- 2 egg
- 2 tsk Vanilla
- $\frac{1}{2}$ tsk möndluþykkni
- $\frac{1}{4}$ bolli Malaðar óbleikaðar möndlur
- 2 tsk Rifinn appelsínubörkur
- $1\frac{1}{2}$ bolli alhliða hveiti; plús
- 2 matskeiðar Alhliða hveiti
- 2 tsk lyftiduft
- 1 tsk Salt
- 1 bolli sýrður rjómi
- 1 pint hindber eða jarðarber
- $\frac{1}{2}$ bolli Freyðivín

Leiðbeiningar

a) Þeytið smjör og sykur saman þar til létt og ljóst.

b) Bætið við eggjum, vanillu, möndluþykkni, möndlum og appelsínuberki; þeytið á lágt þar til blandast saman. Sigtið hveiti, lyftiduft og salt saman við; bætið til skiptis við smjörblönduna með sýrðum rjóma.

c) Hellið deigi í pönnu; bankaðu létt til að jafna það. Bakið í um 20 mínútur.

d) Látið kólna í 10 mínútur; takið af kökuforminu eða fjarlægið hliðar á springforminu. Stráið berjum með sykri og blandið síðan með nægu freyðivíni til að bleyta þau vel.

e) Setjið kökuna á disk, umlukið berjum og safa.

52. Plómuterta með crème fraiche

Hráefni

- 10 tommu sœt sœtabrauðsskel; upp í 11
- 550 grömm plómur; þvegið
- 2 matskeiðar púðursykur
- 125 millilítra púrtvín
- 1 vanillustöng skera niður í miðjuna
- ½ pint rjómi
- 1-eyri hveiti
- 2 aura sykur
- 2 eggjarauður
- 2 lauf gelatín; bleytur

Leiðbeiningar

a) Takið steinana úr plómunum og skerið í fernt. Bakið sœtabrauðsformið blindt og kœlt.

b) Gerðu kremið með því að blanda saman eggi og sykri í skál yfir heitu vatni. Bœtið matskeið af rjóma út í og bœtið hveitinu smám saman út í. Bœtið við meiri rjóma og setjið á hreina pönnu og hitið aftur.

c) Setjið gott lag af rjómakremi á botninn á sætabrauðinu og sléttið jafnt með pallettuhníf eða plastsköfu.

d) Raðið plómunum á deigið og bakið í ofni í 30-40 mínútur.

e) Látið sykurinn malla í púrtvíninu og bætið vanillustönginni út í, minnkað vökvann aðeins. Bætið laufgelatíninu út í og kælið aðeins. Takið tertuna út og kælið, hellið púrtúrglasúrnum yfir og látið standa í ísskápnum til að stífna. Skerið í sneiðar og berið fram með crème fraiche.

53. Rauðvínsbrúnkökur

Hráefni

- $\frac{3}{4}$ bolli (177 ml) rauðvín
- $\frac{1}{2}$ bolli (60 g) þurrkuð trönuber
- 1 $\frac{1}{4}$ (156 g) bollar alhliða hveiti
- $\frac{1}{2}$ tsk sjávarsalt
- $\frac{1}{2}$ bolli (115 g) saltað smjör, auk auka til að smyrja
- 6 únsur. (180 g) dökkt eða hálfsætt súkkulaði
- 3 stór egg
- 1 $\frac{1}{4}$ bollar (250 g) sykur
- $\frac{1}{2}$ bolli (41 g) ósykrað kakóduft
- $\frac{1}{2}$ bolli (63 g) saxaðar valhnetur (valfrjálst)

Leiðbeiningar:

a) Blandið rauðvíninu og trönuberjunum saman í lítilli skál og leyfið að standa í 30 mínútur til klukkutíma eða þar til trönuberin eru þykk. Þú getur hitað vínið og trönuberin varlega á eldavélinni eða í örbylgjuofni til að flýta fyrir ferlinu.

b) Hitið ofninn í 350 gráður F. og smyrjið og hveiti 8 x 8 tommu pönnu.

c) Blandið hveiti og sjávarsalti saman í skál og setjið til hliðar.

d) Hitið smjörið og súkkulaðið í skál yfir sjóðandi vatni þar til það er rétt bráðnað og blandað saman.

e) Takið skálina af hitanum og þeytið eggin út í einu í einu. (Ef skálin virðist mjög heit gætirðu viljað láta hana kólna í um 5 mínútur áður en eggjunum er bætt út í).

54. Vanillu panna cotta

Hráefni

- Rjómi - 2 bollar
- Sykur, auk 3 matskeiðar - 1/4 bolli
- Vanillubaunir - báðar skiptar í tvennt, fræ skafa af öðru - 1
- Vanillumauk - 1/2 tsk
- Olía - 1 matskeiðar
- Gelatín í duftformi blandað með 90ml köldu vatni - 2 tsk
- Punnet jarðarber - 125 g
- Rauðvín - 1/2 bolli

Leiðbeiningar:

a) Hitið rjómann og 1/2 bolla af sykri varlega í potti þar til allur sykurinn hefur leyst upp. Takið af hitanum og hrærið vanilluþykkni og 1 vanillustöng saman við ásamt fræjum sem skafið var úr henni.

b) Stráið gelatíninu yfir kalt vatnið í stórri skál og blandið varlega saman.

c) Hellið heita rjómanum yfir matarlímið og blandið vel saman þar til matarlímið hefur leyst upp. Sigtið blönduna í gegnum sigti.

d) Skiptið blöndunni á milli smurðu skálanna og geymið í kæli þar til hún hefur stífnað. Þetta mun venjulega taka allt að 3 klst.

e) Hitið rauðvínið, 6 matskeiðar af sykri og afganginum af vanillustönginni í pott þar til það sýður.

f) Skolið, hýðið og sneiðið jarðarberin og bætið út í sírópið og hellið síðan yfir panna cotta sem losnaði.

55. Vínterta

Hráefni

- 140 grömm venjulegt hveiti (5 oz.)
- 1 tsk lyftiduft
- 60 grömm ósaltað smjör (2 1/4 oz.)
- 1 dash salt
- 120 gr sykur (4 oz.)
- 1 tsk Malaður kanill
- 10 grömm venjulegt hveiti (1/4 oz.)
- $\frac{1}{2}$ tsk sykur
- 3 matskeiðar Mjólk
- 100 millilítrar Gott þurrt hvítvín
- 15 grömm smjör (u.þ.b. 1/2 oz.)

Leiðbeiningar

a) Sætabrauð: Setjið hveiti, lyftiduft og mjúkt smjör saman í stóra skál. Bætið salti og sykri saman við. Bætið mjólkinni út í.

b) Smyrjið deigið í botn formsins.

c) Blandið sykri, kanil og hveiti saman við. Stráið þessari blöndu yfir allan tertbotninn. Hellið víninu yfir sykurblönduna og blandið því saman með fingurgómunum.

d) Eldið tertan neðst í forhituðum ofni í 15 ... 20 mínútur.

e) Látið tertuna kólna áður en hún er tekin úr forminu.

56. Zabaglione

Hráefni

- 6 eggjarauður
- $\frac{1}{2}$ bolli Sykur
- ⅓bolli Miðlungs hvítvín

a) Þeytið eggjarauður með rafmagnshrærivél ofan á tvöföldum katli þar til froðukennt. Þeytið sykur út í smám saman. Hellið bara nógu heitu vatni í botninn á tvöföldum katli svo að efsti hluti snerti ekki vatn.

b) Elda eggjarauður yfir miðlungs hita; Blandið víni rólega út í, þeytið á miklum hraða þar til það er slétt, fölt og nógu þykkt til að standa í mjúkum haugum.

c) Berið fram strax í grunnum stönguðum glösum.

57. Vetrarávextir í rauðvíni

Hráefni

- 1 sítrónu
- 500 millilítra rauðvín
- 450 gr púðursykur
- 1 vanillustöng; helmingaður
- 3 lárviðarlauf
- 1 kanilstöng
- 12 svört piparkorn
- 4 litlar perur
- 12 Sveskjur sem ekki liggja í bleyti
- 12 apríkósur án bleytis

Leiðbeiningar

a) Skerið rönd af sítrónuberki og helmingið sítrónuna. Setjið sítrónubörkinn, sykurinn, vínið, vanillustöngina, lárviðarlaufin og kryddið á stóra pönnu sem ekki hvarfast og sjóðið, hrærið.

b) Afhýðið perurnar og nuddið með afskornu andliti sítrónunnar til að stöðva mislitun.

Látið suðuna koma upp aftur í rauðvínssýrópinu, lækkið niður í vægan suðu og bætið perunum út í.

c) Bætið sveskjunum og apríkósunum við perurnar. Setjið lokið aftur á og látið kólna alveg áður en það er sett í kæli yfir nótt.

58. Sítrónu te kaka

Hráefni

- ½ bolli þurrt rauðvín
- 3 matskeiðar Ferskur sítrónusafi
- 1½ matskeið maíssterkja
- 1 bolli fersk bláber
- Klípa Malaður kanill og múskat
- ½ bolli ósaltað smjör; stofuhiti
- 1 bolli Sykur
- 3 stór egg
- 2 matskeiðar Rifinn sítrónubörkur
- 2 matskeiðar ferskur sítrónusafi
- 1 tsk vanilluþykkni
- 1½ bolli Sigtað kökuhveiti
- ½ tsk lyftiduft og ¼ matarsódi
- ¼ tsk Salt
- ½ bolli sýrður rjómi

Leiðbeiningar

a) Hrærið vatni, sykri, þurru rauðvíni, ferskum sítrónusafa og maíssterkju í meðalstóran pott.

b) Bæta við bláberjum. Sjóðið þar til sósan þykknar nógu mikið til að hjúpa bakhlið skeiðarinnar, hrærið stöðugt í, um það bil 5 mínútur.

c) Þeytið smjör og sykur í stórri skál þar til það er loftkennt. Þeytið egg út í, 1 í einu. Þeytið rifinn sítrónuberki, sítrónusafa og vanilluþykkni út í. Sigtið kökuhveiti, lyftiduft, matarsóda og salt í meðalstóra skál.

d) Hellið deiginu í tilbúið bökunarform. Bakið og kælið síðan kökuna á grind í 10 mínútur.

59. Kræklingur með víni og saffran

Hráefni

- 2 laukar, afhýddir og helmingaðir
- 2 rauðir chili, stilkur fjarlægður
- 2 matskeiðar ólífuolía
- 1/2 tsk saffranþræðir, liggja í bleyti í 2 msk heitu vatni
- 300ml þurrt hvítvín
- 500ml fiskikraftur
- 2 matskeiðar tómatmauk
- Sjávarsaltflögur og nýmalaður svartur pipar
- 1 kg ferskur kræklingur, skegg fjarlægt og hreinsað
- Nokkrir timjangreinar

Leiðbeiningar:

a) Bætið lauknum og chili í örgjörva.

b) Setjið pönnuna yfir miðlungs lágan hita, bætið lauknum og chili og eldið hrært í 5 mínútur þar til laukurinn glitir og mýkist

c) Bætið saffranþræðiblöndunni út í og eldið í 30 sekúndur. Bætið víni, fiskikrafti, tómatmauki út í og kryddið vel með salti og pipar. Látið suðuna koma upp, lækkið hitann í lágan og látið malla í 5 mínútur

d) Hækkið hitann í háan, þegar sósan er að sjóða bætið við kræklingi og timjangreinum. Lokið með loki og eldið í 3-5 mínútur, hristið pönnuna af og til þar til kræklingurinn gufar opnast

e) Berið fram strax með skorpubrauði

60. Hörpuskel í vínsósu

Hráefni

- 2 kíló sjávar hörpuskel
- 2 matskeiðar Ólífuolía
- $\frac{1}{4}$ matskeið heitar piparflögur
- 2 hvítlauksrif; smátt saxað
- 1 matskeið Hvítvín
- 1 msk karrýduft
- 1 lítill tómatur; skrældar, fræhreinsaðar og saxaðar
- $\frac{1}{4}$ bolli Þungur rjómi
- 2 matskeiðar Tabasco sósa
- Salt og pipar eftir smekk
- 1 matskeið steinselja; smátt saxað

Leiðbeiningar

a) Hellið smá ólífuolíu í eina af pönnunum á toppnum. Bætið síðan við rauðum piparflögum, hvítlauk og hvítvíni. Bætið öllum sjávarskelpunum út í pönnuna. Lokið pönnunni og látið hörpuskelina sjóða við vægan/háan hita þar til hörpuskelin verða þétt og ógagnsæ.

b) Takið pönnuna af hellunni og færið hörpuskelina í stóra framreiðsluskál. Bætið 1 msk olíu og karrýduftinu í lítinn pott og eldið í 1-2 mínútur.

c) Bætið fráteknum hörpudiskvökva í pottinn með olíu og karrýi með því að sía $\frac{3}{4}$ bolla af því í gegnum ostaklút eða kaffisíu. Bætið tómatbitunum, rjóma, Tabasco, salti, pipar og steinselju í sama pott og hitið í 2 til 3 mínútur.

•

61. Lúðusteikur með vínsósu

Hráefni

- 3 matskeiðar skalottlaukur; hakkað
- $1\frac{1}{2}$ pund lúðusteikur; 1 tommu þykkt, skorið í 4 tommu stykki
- 1 bolli þurrt hvítvín
- 2 miðlungs plómutómatar; hakkað
- $\frac{1}{2}$ tsk Þurrkað estragon
- $\frac{1}{4}$ tsk Salt
- $\frac{1}{8}$ teskeið pipar
- 2 matskeiðar Ólífuolía

Leiðbeiningar

a) Hitið ofninn í 450 gráður. Stráið skalottlaukum yfir botninn á 1-$\frac{1}{2}$ til 2 lítra bökunarformi. Setjið fisk í grunna ofnpönnu og hellið víni út í.

b) Stráið söxuðum tómötum, estragon, salti og pipar yfir fiskinn. Dreypið olíu yfir.

c) Bakið í 10 til 12 mínútur, þar til fiskurinn er ógagnsær í gegn. Fjarlægðu fiskinn með rifspaða í framreiðslufat og flettu húðina af.

d) Settu bökunarpönnu (ef málmur) yfir eldavélarbrennara eða helltu vökva og grænmeti í lítinn pott. Sjóðið við háan hita þar til sósan minnkar aðeins, 1 til 2 mínútur. Hellið sósu yfir fiskinn og berið fram.

62. Grískar kjötrúllur í vínsósu

Hráefni

- 2 pund magurt nautahakk eða kalkún
- 4 sneiðar Þurrt hvítt brauð, mulið
- Laukur og hvítlaukur
- 1 egg, örlítið þeytt
- 1 matskeið Sykur
- Klípa salt, kúmen, svartur pipar
- Hveiti (um 1/2 C.)
- 1 dós (12 oz) tómatmauk
- $1\frac{1}{2}$ bolli þurrt rauðvín
- 2 tsk Salt
- Gufusoðin hrísgrjón
- Hakkað steinselja

Leiðbeiningar

a) Blandið þurru hráefninu þar til það er vel blandað og stíft.

b) Vætið hendurnar í köldu vatni og mótið matskeiðar af kjötblöndunni í rúllur (bolir) um það bil 2-½" til 3" langar. Húðaðu hverja rúllu létt með hveiti.

c) Hitið um það bil ½" olíu og brúnaðar rúllur nokkrar í einu í djúpri pönnu, passið að þröngva þeim ekki. Fjarlægið brúnaðar rúllur í pappírshandklæði til að tæma þær.

d) Í hollenskum ofni, þeytið saman tómatmauk, vatn, vín, salt og kúmen. Bætið kjötrúllum við sósuna. Lokið og látið malla í 45 mínútur til eina klukkustund, þar til kjötrúllurnar eru orðnar í gegn. Smakkið til sósuna og bætið við salti ef þarf.

63. Linsubaunir með gljáðu grænmeti

Hráefni

- 1½ bolli franskar grœnar linsubaunir; flokkað og skolað
- 1½ tsk salt; skipt
- 1 lárviðarlauf
- 2 tsk Ólífuolía
- Laukur, sellerí, hvítlaukur
- 1 matskeið Tómatmauk
- ⅔bolli Þurrt rauðvín
- 2 tsk Dijon sinnep
- 2 matskeiðar smjör eða extra virgin ólífuolía
- Nýmalaður pipar eftir smekk
- 2 tsk fersk steinselja

Leiðbeiningar

a) Setjið linsubaunir í pott með 3 bollum af vatni, 1 tsk. salt og lárviðarlaufið. Látið suðuna koma upp.

b) Á meðan hitarðu olíuna á meðalstórri pönnu. Bætið lauknum, gulrótinni og selleríinu út í, kryddið með $\frac{1}{2}$ tsk. saltið og eldið við meðalháan hita, hrærið oft þar til grænmetið er brúnt, um það bil 10 mínútur. Bætið hvítlauknum og tómatmaukinu út í, eldið í 1 mínútu í viðbót og bætið svo víninu út í.

c) Látið suðuna koma upp og lækkið síðan hitann og látið malla, undir loki, þar til vökvinn er sírópkenndur.

d) Hrærið sinnepinu út í og bætið soðnu linsubaunum saman við ásamt seyði þeirra.

e) Látið malla þar til sósan minnkar að mestu, hrærið síðan smjörinu út í og kryddið með pipar.

64. Lúða í grænmetissósu

Hráefni

- 2 pund lúða
- $\frac{1}{4}$ bolli hveiti
- $\frac{1}{2}$ tsk Salt
- Hvítur pipar
- 1 msk Hakkað steinselja
- $\frac{1}{4}$ bolli Ólífuolía
- 1 pressaður hvítlauksgeiri
- 1 Saxaður stór laukur
- 1 rifin gulrót
- 2 stilkar saxað sellerí
- 1 stór saxaður tómatur
- $\frac{1}{4}$ bolli Vatn
- $\frac{3}{4}$ bolli þurrt hvítvín

Leiðbeiningar

a) Blandið saman hveiti, salti, pipar og steinselju: dýptu fiskinn með hveitiblöndunni. Hitið ólífuolíu á pönnu;

bætið lúðu út í og steikið þar til þær eru gullinbrúnar á báðum hliðum.

b) Takið af pönnunni og setjið til hliðar. Bætið hvítlauk, lauk, gulrót og sellerí á pönnu: steikið í 10-15 mínútur þar til það er meyrt. Bætið tómötum og vatni út í, látið malla í 10 mínútur.

c) Takið sósu af hitanum og hellið í blandara; mauki. Hrærið víni út í. Farið aftur á pönnu: setjið fisk í sósu. Lokið og látið malla í 5 mínútur.

65. Kryddpylsur í víni

Hráefni

- ½ pund ítölsk sæt pylsa
- ½ pund ítalsk heit pylsa
- ½ pund Kielbasa
- ½ pund Buckhurst (kálfakjötspylsa)
- 5 grænir laukar, saxaðir
- 2 bollar þurrt hvítvín
- 1 matskeið saxuð fersk timjanblöð
- 1 msk Fínt söxuð fersk steinselja
- ½ tsk Tabasco piparsósa

Leiðbeiningar

a) Skerið pylsurnar í ½ tommu bita. Í djúpri pönnu yfir miðlungs hita, eldið ítölsku pylsuna í 3 til 5 mínútur, eða þar til þær eru léttbrúnar. Hellið fitunni af. Bætið restinni af pylsunni og grænu lauknum út í og eldið í 5 mínútur í viðbót.

b) Lækkið hitann í lágan, bætið því hráefninu sem eftir er út í og látið malla í 20 mínútur, hrærið af og til. Berið fram strax, eða haldið heitu í matarskál. Berið fram með tannstönglum.

66. Fiskrúllur í hvítvíni

Hráefni

- ⅔bolli Frælaus græn vínber, helminguð
- ¾ bolli þurrt hvítvín
- Fjórir; (6 til 8 aura)
- húðlaus flundra
- ⅓bolli Hakkað fersk steinseljublöð
- 1 msk Hakkað ferskt timjan
- ¼ bolli Hakkaður laukur
- 2 matskeiðar ósaltað smjör
- 1 msk Alhliða hveiti
- ¼ bolli Þungur rjómi
- 1 tsk ferskur sítrónusafi

Leiðbeiningar

a) Látið vínberjahelmingana blandast í víninu í 1 klst. í litlum potti.

b) Haldið flökin eftir endilöngu, kryddið þau með salti og pipar og stráið roðhliðunum yfir steinselju og timjan. Rúllaðu upp hvern flakhelming með 1 af vínberunum í miðjunni og festu það með tréplokki.

c) Eldið laukinn í smjörinu í litlum potti, hrærið hveitinu út í og eldið rouxið.

d) Bætið við rjómanum, vínberjunum, sítrónusafanum og salti og pipar eftir smekk og sjóðið sósuna, hrærið í 3 mínútur.

e) Hellið vökvanum sem safnast hefur fyrir á plötunni af, skiptið fiskibollunum á 4 hitaða plötur og hellið sósunni yfir þær.

67. Herbed tofu í hvítvínssósu

Hráefni

- 2 matskeiðar (soja) smjörlíki
- $1\frac{1}{2}$ matskeið hveiti
- $\frac{1}{2}$ bolli (soja) mjólk
- $\frac{1}{2}$ bolli hvítvín
- 1 laukur
- 1 dash Mald negull
- 1 dash salt
- $\frac{1}{2}$ pund eða svo kryddjurtatófú, í teningum
- Uppáhaldspasta, nóg

Leiðbeiningar

a) Bræðið smjörlíki á pönnu og þeytið hveiti út í. Kælið aðeins og þeytið svo víni og (soja)mjólk út í.

b) Bætið lauk, negul og salti í sósuna og hrærið við lágan hita þar til sósan hefur þykknað aðeins. Ef það verður of þykkt skaltu bæta við vatni. Bætið tofu út í og látið malla á meðan þið eldið pastað.

c) Berið fram tofu og sósu yfir pasta, gefðu laukinn þeim sem líkar betur við þá.

68. Grillaður kolkrabbi í rauðvínsmarinering

Hráefni

- 2 Hreinsaður 1 1/2 punda kolkrabbi
- Gulrætur, sellerí og laukur
- 2 lárviðarlauf
- 2 tsk Salt
- Heil svört piparkorn og þurrkað timjan
- 2 bollar rauðvín
- 3 matskeiðar Extra-virgin ólífuolía
- 3 matskeiðar rauðvínsedik
- 3 matskeiðar þurrt rauðvín
- Salt, nýmalaður svartur pipar
- 1⅓bolli Sígð kolkrabba matreiðslusoð
- ¼ bolli Extra virgin ólífuolía
- 1 matskeið sítrónusafi
- 2 matskeiðar Smjör

Leiðbeiningar

a) Blandið kolkrabba, gulrótum, sellerí, lauk, lárviðarlaufi, salti, pipar, timjan, rauðvíni og vatni saman í stóra pott. Látið suðuna koma rólega upp.

b) Gerðu marinade: í lítilli skál sameinaðu marinade Hráefni. Hellið yfir kolkrabba og blandið til að hjúpa.

c) Búðu til sósu: í litlum potti blandaðu saman ásettu seyði, ólífuolíu, sítrónusafa og ediki. Hrærið steinselju saman við.

d) Grillið í 4 mínútur, snúið oft, þar til það er létt kulnað og hitað í gegn.

69. Bakaðar sætar grjónir í víni

Hráefni

- 4 hver Mjög þroskuð grjón
- 1 bolli Ólífuolía
- ½ bolli Púðursykur
- ½ tsk malaður kanill
- 1 bolli Sherryvín

Leiðbeiningar

a) Forhitið ofninn í 350F. Fjarlægðu hýði af hýði og skerðu þær í tvennt eftir endilöngu. Hitið olíu í miðlungs heita pönnu á stórri sautépönnu og bætið grjónum saman við.

b) Eldið þær þar til þær eru ljósbrúnar á hvorri hlið. Setjið þær í stórt eldfast mót og stráið sykri yfir allt saman. Bætið kanil út í og hyljið með víni. Bakið í 30 mínútur, eða þar til þær fá rauðleitan blæ.

70. Pasta í sítrónu- og hvítvínssósu

Hráefni

- $1\frac{1}{2}$ pund Pasta; val þitt
- 1 heil kjúklingabringa; soðin, julienne
- 10 aura aspas; bleikað
- $\frac{1}{4}$ bolli smjör
- $\frac{1}{2}$ lítill laukur
- 4 matskeiðar Alhliða hveiti
- 2 bollar þurrt hvítvín
- 2 bollar kjúklingasoð
- 12 tsk sítrónubörkur
- 1 matskeið Ferskt timjan; hakkað
- 1 matskeið ferskt dill; hakkað
- 3 matskeiðar Dijon sinnep
- Salt og pipar; að smakka
- Parmesan ostur; rifið

Leiðbeiningar

a) Elda pasta og halda Elda kjúklingabringur og blanchið aspas; halda. Hitið smjörið í stórum potti við meðalhita. Bætið lauknum út í og steikið þar til hann verður ljósbrúnn og mjög mjúkur.

b) Bætið hveitinu út í og lækkið hitann í lágan. Hrærið þar til það er alveg blandað. Hvítvíninu og seyði er þeytt mjög smám saman út í.

c) Látið suðuna koma upp og látið malla í 10 mínútur. Hrærið sítrónuberki, timjani, dilli, sinnepi út í og kryddið eftir smekk með salti og hvítum pipar. Bætið soðnum og Julienne kjúklingnum og aspasnum saman við.

71. Pasta með kræklingi í víni

Hráefni

- 1 pund krœklingur (í skelinni)
- Hvítvín (nóg til að fylla stóran grunnan pott um það bil 1/2 tommu)
- 2 stór hvítlauksrif, smátt saxuð
- 2 matskeiðar Ólífuolía
- 1 tsk Nýmalaður pipar
- 3 msk Hakkað fersk basilíka
- 1 stór tómatur, gróft saxaður
- 2 pund pasta

Leiðbeiningar

a) Þvoið krœklinginn vandlega, takið allt skegg af og skafið skeljar eftir þörfum. Setjið í pott með víni.

b) Lokið vel og látið gufa þar til skeljarnar opnast Á meðan krœklingurinn kólnar aðeins, setjið vínsoðið yfir miðlungshita og bætið við hvítlauk, ólífuolíu, pipar, tómötum og basil.

c) Hellið sósu yfir heitt linguini eða fettucini og berið fram!

72. Rauðvínsfettucine og ólífur

Hráefni

- $2\frac{1}{2}$ bolli hveiti
- 1 bolli Semolina hveiti
- 2 egg
- 1 bolli þurrt rauðvín
- 1 skammtur lumache alla marchigiana

Leiðbeiningar

a) Til að undirbúa pasta: Gerið brunn úr hveitinu og setjið eggin og vínið í miðjuna.

b) Þeytið eggin og vínið saman með gaffli og byrjið að blanda hveitinu saman við og byrja á innri brún brunnsins.

c) Byrjaðu að hnoða deigið með báðum höndum, notaðu lófana.

d) Fletjið pasta út í þynnstu stillingu á pastavél. Skerið pasta í $\frac{1}{4}$ tommu þykkar núðlur í höndunum eða með vél og setjið til hliðar undir röku handklæði.

e) Sjóðið 6 lítra af vatni og bætið 2 msk salti við. Hitið snigilinn að suðu og setjið til hliðar.

f) Setjið pasta í vatn og eldið þar til það er aðeins mjúkt. Tæmdu pasta og settu á pönnu með sniglum, hrærðu vel til að hjúpa. Berið fram strax í volgu fati.

73. Orecchiette pasta og kjúklingur

Hráefni

- 6 stór kjúklingalæri, úrbeinað og roð
- Salt og nýmalaður svartur pipar, eftir smekk
- 2 matskeiðar ólífu- eða kanolaolía
- $\frac{1}{2}$ pund ferskir Shiitake sveppir
- Laukur, hvítlaukur, gulrætur og sellerí
- 2 bollar gott rauðvín
- 2 bollar þroskaðir tómatar, skornir í bita, fræhreinsaðir
- 1 tsk Ferskt timjan/fersk salvía
- 4 bollar kjúklingakraftur
- ⅓bolli Fínt söxuð steinselja
- $\frac{1}{2}$ pund Orecchiette Pasta, ósoðið
- $\frac{1}{4}$ bolli saxuð fersk basil
- $\frac{1}{4}$ bolli Tæmdir sólþurrkaðir tómatar
- Ferskir basilíkukvistar
- Nýrakaður Asiago eða Parmesan ostur

Leiðbeiningar

a) Kryddið kjúklinginn og brúnið kjúklinginn fljótt við háan hita.

b) Bætið við sveppum, lauk, hvítlauk, gulrótum og sellerí og steikið þar til það er mjög léttbrúnað. Setjið kjúklinginn aftur á pönnuna og bætið við víni, tómötum, timjani, salvíu og soðinu og látið sjóða. Hrærið steinselju saman við og haldið heitu.

c) Útbúið pasta og berið fram. Skreytið með basil lindum og rakaosti.

74. Nautakjöt með portobello sósu

Hráefni

- 500 grömm magurt nautahakk
- ½ þurrt rauðvín
- ½ tsk pipar; gróf jörð
- 4 matskeiðar Roquefort eða stilton ostur
- ¾ pund Portobellos; (375g eða 4 med)

Leiðbeiningar

a) Brúnið kjöt frá 2-4 mínútum á hlið

b) Hellið ½ bolla af víni út í og myljið pipar ríkulega yfir bökunar.

c) Lækkið hitann í miðlungs og látið malla, án loks, í 3 mínútur. Snúðu kökum, myldu ost yfir og haltu áfram að malla án loks þar til ostur byrjar að bráðna, um það bil 3 mínútur.

d) Á meðan, aðskilja stafar frá sveppahettum. Skerið stilka og húfur þykkt.

e) Bætið sveppum út í vín á pönnu og hrærið stöðugt þar til þeir eru orðnir heitir.

f) Skeið sveppum í kringum kexið og hellið síðan sósu yfir.

75. Ítalskur ostur og rauðvínspylsa

Hráefni

- 4 pund svínakjöt, beinlaust, öxl eða rass
- 1 msk fennelfræ, malað í mortéli
- 2 lárviðarlauf, mulin
- $\frac{1}{4}$ bolli steinselja, saxuð
- 5 Hvítlaukur, pressaður
- $\frac{1}{2}$ tsk pipar, rauður, flögur
- 3 tsk salt, kosher
- 1 tsk pipar, svartur, nýmalaður
- 1 bolli ostur, parmesan eða romano, rifinn
- $\frac{3}{4}$ bolli Vín, rautt
- 4 pylsuhúð (ca

Leiðbeiningar

a) Mala kjötið í matvinnsluvél eða Kitchen Aid kjötkvörn fyrir hrærivél.

b) Blandið öllu hráefninu saman og leyfið að standa í 1 klukkustund svo bragðefnin nái saman.

c) Fylltu pylsur í hlíf með Kitchen Aid pylsufyllingu eða keyptu hand með pylsutrekt.

76. Sveppir og tófú í víni

Hráefni

- 1 matskeið safflower olía
- 2 hver hvítlauksrif, söxuð
- 1 stór laukur, saxaður
- 1½ pund sveppir, sneiddir
- ½ meðalstór græn paprika, skorin í teninga
- ½ bolli þurrt hvítvín
- ¼ bolli Tamari
- ½ tsk Rifinn engifer
- 2 tsk sesamolía
- 1½ matskeið maíssterkja
- 2 hver Kökur tófú, rifin
- Malaðar möndlur

Leiðbeiningar

a) Hitið safflower í wok. Þegar það er heitt, bætið við hvítlauk og lauk og steikið við vægan hita þar til laukurinn er hálfgagnsær. Bætið við sveppum, papriku, víni, tamari, engifer og sesamolíu. Blandið saman.

b) Leysið maíssterkju upp í litlu magni af vatni og hrærið í pönnu.

c) Hrærið tofu út í, lokið og látið malla í aðrar 2 mínútur.

77. Apríkósu-vínssúpa

Hráefni

- 32 aura niðursoðnar apríkósur; ótæmdur
- 8 aura sýrður rjómi
- 1 bolli Chablis eða þurrt hvítvín
- $\frac{1}{4}$ bolli apríkósulíkjör
- 2 matskeiðar sítrónusafi
- 2 tsk vanilluþykkni
- $\frac{1}{4}$ tsk Malaður kanill

Leiðbeiningar

a) Blandið öllu hráefninu saman í íláti rafmagnsblöndunartækis eða matvinnsluvélar, vinnið þar til slétt.

b) Lokið og kælið vandlega. Hellið súpunni í einstakar súpuskálar. Skreytið með auka sýrðum rjóma og möluðum kanil.

78. Sveppasúpa með rauðvíni

Hráefni

- 50 G; (2-3oz) smjör, (50 til 75)
- 1 stór laukur; hakkað
- 500 grömm Hnappasveppir; sneið (1lb)
- 300 millilítrar Þurrt rauðvín; (1/2 pint)
- 900 millilítrar grænmetiskraftur; (1 1/2 lítri)
- 450 millilítrar Tvöfaldur rjómi; (3/4 pint)
- Lítið búnt af ferskri steinselju; saxað smátt, til að skreyta

Leiðbeiningar

a) Bræðið 25 g (1oz) smjör á lítilli pönnu við miðlungs lágan hita og steikið laukinn í 2-3 mínútur, þar til hann er aðeins mjúkur, hrærið oft.

b) Hitið önnur 25g (1oz) smjör í stórum potti yfir miðlungs lágum hita.

c) Bætið sveppunum út í og steikið þá í 8-10 mínútur, þar til þeir eru mjúkir.

d) Bætið víninu út í og eldið í 5 mínútur til viðbótar. Bætið soðinu og lauknum út í og látið malla varlega, án þess að sjóða, við vægan hita í 15 mínútur.

e) Þegar hún er tilbúin til að bera fram, hitið súpuna varlega aftur við vægan hita og hrærið rjómanum saman við.

79. Borleves (vínsúpa)

Hráefni

- 4 bollar Rauð- eða hvítvín
- 2 bollar Vatn
- 1 tsk Rifinn sítrónubörkur
- 8 hver negull
- 1 hver stafur af kanil
- 3 hver eggjarauður
- $\frac{3}{4}$ bolli sykur

Leiðbeiningar

a) Hellið víninu og vatni í pottinn. Bætið við rifnum sítrónuberknum, negulnöglum og kanilnum. Látið malla við vægan hita í 30 mínútur.

b) Takið af hellunni og fleygið negul og kanilstöng. Í litlu blöndunarskálinni, þeytið eggjarauður með vírþeytara. Bætið sykrinum út í smá í einu og þeytið áfram þar til það er þykkt. Hrærið eggjarauðublöndunni út í heitu súpuna.

c) Setjið pottinn aftur á hita og hitið að suðumarki. Ekki leyfa súpunni að sjóða eða eggjarauður hrærast. Berið fram í heitum krúsum.

80. Kirsuberjavínssúpa

Hráefni

- 1 únsa dós pitted terta rauð kirsuber
- $1\frac{1}{2}$ bolli Vatn
- $\frac{1}{2}$ bolli Sykur
- 1 matskeið hraðeldað tapíóka
- $\frac{1}{8}$ teskeið Malaður negull
- $\frac{1}{2}$ bolli þurrt rauðvín

Leiðbeiningar

a) Hrærið saman ótæmd kirsuber, vatni, sykri, tapíóka og negul í $1\frac{1}{2}$ lítra potti. Látið standa í 5 mínútur. Látið suðu koma upp.

b) Draga úr hita; lokið og látið malla í 15 mínútur, hrærið af og til.

c) Fjarlægðu af hitanum; hrærið víni út í. Lokið og kælið, hrærið af og til. Gerir 6 til 8 skammta.

81. Dönsk eplasúpa

Hráefni

- 2 stór epli, kjarnhreinsuð, skorin
- 2 bollar Vatn
- 1 kanilstöng (2")
- 3 heilir negull
- $\frac{1}{8}$ teskeið Salt
- $\frac{1}{2}$ bolli Sykur
- 1 matskeið maíssterkja
- 1 bolli ferskar sveskjuplómur, óafhýddar og skornar í sneiðar
- 1 bolli Ferskar ferskjur, skrældar og skornar
- $\frac{1}{4}$ bolli púrtvín

Leiðbeiningar

a) Blandið eplum, vatni, kanilstöng, negul og salti saman í meðalstóran pott.

b) Blandið saman sykri og maíssterkju og bætið við maukaða eplablönduna.

c) Bætið plómunum og ferskjunum út í og látið malla aðeins þar til þessir ávextir eru mjúkir og blandan hefur þykknað aðeins.

d) Bætið púrtvíninu út í.

e) Efstu einstakir skammtar með ögn af léttum sýrðum rjóma eða fitulausri vanillujógúrt.

82. Trönuberjavín gelló salat

Hráefni

- 1 stór pakk. hindberjagelló
- $1\frac{1}{4}$ bolli sjóðandi vatn
- 1 stór dós heil trönuberjasósa
- 1 stór dós ótæmd mulin
- Ananas
- 1 bolli Saxaðar hnetur
- $\frac{3}{4}$ bolli púrtvín
- 8 aura rjómaostur
- 1 bolli sýrður rjómi
- Leysið hlaup upp í sjóðandi vatni. Hrærið trönuberjasósu vel út í.

Leiðbeiningar

a) Bætið við ananas, hnetum og víni. Hellið í 9x 13 tommu glerskál og kælið í 24 klst.

b) Þegar tilbúið er til framreiðslu, hrærið rjómaostinn þar til hann er mjúkur, bætið við sýrðum rjóma og þeytið vel. dreift ofan á Jello.

83. Dijon sinnep með kryddjurtum og víni

Hráefni

- 1 bolli Dijon sinnep
- $\frac{1}{2}$ tsk basil
- $\frac{1}{2}$ tsk estragon
- $\frac{1}{4}$ bolli rauðvín

Leiðbeiningar

a) Blandið öllu hráefninu saman.

b) Geymið í kæli yfir nótt til að blanda saman bragði áður en það er notað. Geymið í kæli.

84. Vínfyllt Bucatini

Hráefni

- 2 matskeiðar ólífuolía, skipt
- 4 kryddaðar ítalskar svínapylsur
- 1 stór skalottlaukur, skorinn í sneiðar
- 4 hvítlauksgeirar, saxaðir
- 1 matskeið reykt paprika
- 1 klípa cayenne pipar
- 1 klípa muldar rauðar piparflögur
- Salt, eftir smekk
- 2 bollar þurrt hvítvín,
- 1 (14,5 aura) dós ristaðir hægeldaðir tómatar
- 1 pund bucatini
- 1 matskeið ósaltað smjör
- 1/2 bolli nýrifinn parmesanostur
- 1/2 bolli söxuð fersk steinselja

Leiðbeiningar:

a) Hitið 1 matskeið af ólífuolíu yfir miðlungshita í stórum potti eða hollenskum ofni. Bætið pylsunni út í og eldið þar til hún er brún, um 8 mínútur.

b) Bætið hvítlauk út í og eldið eina mínútu í viðbót. Þegar hvítlaukur er ilmandi og gullinbrúnn bætið við reyktri papriku, cayenne pipar og rauðum piparflögum. Kryddið með salti og pipar.

c) Skerið pönnuna með víninu, skafið brúna bita af botninum á pönnunni.

d) Bætið eldristuðu hægelduðum tómötunum og vatni út í og látið sjóða. Bætið bucatini út í og eldið.

e) Þegar pastað er soðið skaltu hræra í frátekinni pylsu, smjöri, parmesanosti og saxaðri steinselju.

f) Kryddið eftir smekk með salti og pipar og njótið!

85. Aspas í víni

Hráefni

- 2 pund aspas
- Sjóðandi vatn
- $\frac{1}{4}$ bolli smjör
- $\frac{1}{4}$ bolli hvítvín
- $\frac{1}{2}$ tsk Salt
- $\frac{1}{4}$ tsk pipar

Leiðbeiningar

a) Þvoðu aspas og smelltu af endum. Leggið spjót á grunna pönnu og hyljið með söltu sjóðandi vatni til að hylja. Látið suðuna koma upp og látið malla í 8 mínútur.

b) Látið renna af og snúið í smurðar ramekin. Bræðið smjör og hrærið víni út í. Hellið aspas yfir. Stráið salti og pipar og osti yfir. Bakið við 425' í 15 mínútur.

86. Sinnep, vínmarineraðar villibráðarkótilettur

Hráefni

- 4 karíbúa- eða dádýrakótilettur
- $\frac{1}{4}$ tsk pipar
- 1 tsk Salt
- 3 matskeiðar Steinmalað sinnep
- 1 bolli rauðvín

Leiðbeiningar

a) Nuddaðu kótelettur með sinnepi. Stráið salti og pipar yfir. Setjið vín yfir og látið marinerast yfir nótt í ísskáp.

b) Steikið eða kolagrillið til miðlungs sjaldgæft strá með marineringunni.

87. Kjúklingavængir með vínsósu

Hráefni

- 8 kjúklingavængir
- ¼ bolli maíssterkju
- 2 tsk Salt
- 1 bolli Ólífuolía
- 1 bolli Tarragon vínedik
- ¾ bolli þurrt hvítvín
- ½ tsk þurrt sinnep
- Þurrkuð basil, estragon, Oregano og hvítur pipar
- Olía til steikingar
- Salt, pipar
- 1 lítill tómatur
- ½ meðalstór græn paprika
- ½ lítill laukur þunnt sneið í hringi

Leiðbeiningar

a) Dýptu kjúklingnum í maíssterkju blandað með 2 tsk salti og hvítum pipar.

b) Hitið olíu í ½ tommu dýpi á þungri pönnu og steikið kjúklinginn þar til hann er gullinbrúnn og mjúkur, um það bil 7 mínútur á hvorri hlið.

c) Til að búa til dressingu skaltu sameina olíu, edik, vín, hvítlauk, sinnep, sykur, basil, oregano og estragon. Kryddið eftir smekk með salti og pipar.

d) Blandið tómatsneiðum, grænum pipar og lauksneiðum saman við dressingu og blandið vel saman.

88. Oeufs en meurette

Hráefni

- skalottlaukur; 6 skrældar
- 2½ bolli Beaujolais vín; plús
- 1 msk Beaujolais vín
- 2 hvítir sveppir; fjórðungur
- 3 sneiðar beikon; 2 gróft saxaðar
- 4 sneiðar franskbrauð
- 3 matskeiðar smjör; mýkt
- 2 hvítlauksrif; 1 heil, mölbrotin,
- Auk 1 smátt saxað
- 1 lárviðarlauf
- ½ bolli kjúklingakraftur
- 1¼ matskeið hveiti
- 1 matskeið rauðvínsedik
- 4 stór egg
- 1 matskeið steinselja

Leiðbeiningar

a) Steikið skalottlaukana þar til þeir eru orðnir vel brúnir, stráið þá með $\frac{1}{2}$ bolla af víni. Bætið sveppum á pönnu; setjið undir heitan grill í 5 mínútur, bætið grófsöxuðu beikoni út í og steikið.

b) Undirbúið kartöflur: Nuddið brauðsneiðar með möluðum hvítlauksrifum og setjið á bökunarplötu. Broil.

c) Steikið egg í 2 mínútur þar til þau eru rétt stíf.

d) Hellið sósu yfir eggin, stráið steinselju yfir og berið fram strax.

89. Rauðvín og sveppa risotto

Hráefni

- 1-eyri Porcini sveppir; þurrkað
- 2 bollar sjóðandi vatn
- 1½ pund Sveppir; cremini eða hvítt
- 6 matskeiðar ósaltað smjör
- 5½ bolli kjúklingasoð
- 6 aura Pancetta; 1/4 tommu þykkt
- 1 bolli laukur; saxað fínt
- Ferskt rósmarín og salvía
- 3 bollar Arborio hrísgrjón
- 2 bollar þurrt rauðvín
- 3 matskeiðar Fersk steinselja; saxað fínt
- 1 bolli parmesanostur; ferskur

Leiðbeiningar

a) Í lítilli skál skaltu bleyta porcini í sjóðandi vatni í 30 mínútur.

b) Eldið pancetta við meðalhita. Bætið við fráteknum fínsöxuðum cremini eða hvítum sveppum, afganginum af matskeiðum smjöri, lauk, rósmaríni, salvíu og salti og pipar eftir smekk á meðan hrært er þar til laukurinn er mjúkur. Hrærið hrísgrjónum saman við og eldið.

c) Bætið 1 bolli af sjóðandi seyði út í og eldið, hrærið stöðugt, þar til það hefur frásogast.

90. Rauðvínsgazpacho

Hráefni

- 2 sneiðar hvítt brauð
- 1 bolli kalt vatn; meira ef þarf
- 1 pund Mjög þroskaðir stórir tómatar
- 1 rauð paprika
- 1 meðalstór agúrka
- 1 hvítlauksgeiri
- $\frac{1}{4}$ bolli Ólífuolía
- $\frac{1}{2}$ bolli rauðvín
- 3 matskeiðar rauðvínsedik; meira ef þarf
- Salt og pipar
- 1 Klípa sykur
- Ísmolar; (til framreiðslu)

Leiðbeiningar

a) Setjið brauðið í litla skál, hellið vatninu yfir og látið liggja í bleyti. Kjarnhreinsið tómatana, skerið þá þvers og kruss og ausið fræin út. Skerið holdið í stóra bita.

b) Maukið grænmetið í matvinnsluvélinni í tveimur lotum, bætið ólífuolíunni og bleytu brauðinu út í síðasta skammtinn. Hrærið víninu, ediki, salti, pipar og sykri saman við.

c) Setjið með skeið í skálar, bætið við ísmola og toppið með hnýttri ræmu af gúrkuberki.

91. Hrísgrjón og grænmeti í víni

Hráefni

- 2 matskeiðar Olía
- 1 hver Laukur, saxaður
- 1 meðalstór kúrbít, saxaður
- 1 meðalstór gulrót, saxuð
- 1 stöng sellerí, saxað
- 1 bolli langkorna hrísgrjón
- $1\frac{1}{4}$ bolli grænmetiskraftur
- 1 bolli hvítvín

Leiðbeiningar

a) Hitið olíuna í potti og steikið laukinn. Bætið restinni af grænmetinu út í og hrærið við meðalhita, þar til það er léttbrúnað.

b) Bætið hrísgrjónum, grænmetiskrafti og hvítvíni út í, setjið lok á og eldið í 15-20 mínútur þar til allur vökvinn hefur verið frásogaður.

92. Baby lax fylltur með kavíar

Hráefni

- $\frac{1}{2}$ bolli Olía, ólífuolía
- 1 pund Bein, lax
- 1 pund smjör
- 2 bollar Mirepoix
- 4 lárviðarlauf
- Oregano, timjan, piparkorn, hvítt
- 4 matskeiðar Mauk, skalottlaukur
- $\frac{1}{4}$ bolli koníak
- 2 bollar Vín, rautt
- 1 bolli Stock, fiskur

Leiðbeiningar

a) Hitið ólífuolíuna á pönnu.

b) Bætið laxabeinunum á pönnuna og steikið í um 1 mínútu.

c) Bætið við smjöri (um 2 msk), 1 bolli mirepoix, 2 lárviðarlaufum, $\frac{1}{4}$ tsk af timjan, $\frac{1}{4}$ tsk af piparkornum og 2 msk af skalottlaukamaukinu. Bœta við koníaki og loga.

d) Skreyttu með 1 bolla af rauðvíni og eldaðu við háan hita í 5 til 10 mínútur.

e) Brœðið smjör. Bœtið við 2 msk skalottlaukamauki, 1 bolla mirepoix, 2 lárviðarlaufum, $\frac{1}{4}$ tsk piparkorn, $\frac{1}{4}$ tsk oregano, $\frac{1}{4}$ tsk timjan og 3 bolla af rauðvíni.

f) Deglaze Sigtið og geymt.

93. Hvítlauksvín hrísgrjónapílaf

Hráefni

- 1 börkur af 1 sítrónu
- 8 hvítlauksrif, afhýdd
- $\frac{1}{2}$ bolli steinselja
- 6 matskeiðar ósaltað smjör
- 1 bolli venjuleg hrísgrjón (ekki instant)
- $1\frac{1}{4}$ bolli kjúklingakraftur
- $\frac{3}{4}$ bolli þurrt vermút
- Salt og pipar eftir smekk

Leiðbeiningar

a) Saxið saman sítrónubörkinn, hvítlaukinn og steinseljuna.

b) Hitið smjörið í þungum 2-qt potti. Eldið hvítlauksblönduna mjög varlega í 10 mínútur. Hrærið hrísgrjónunum saman við.

c) Hrærið við meðalhita í 2 mínútur. Blandið soðinu og víni saman í pott. Hrærið í hrísgrjón; bætið við salti og nýmöluðum pipar.

d) Leggðu handklæði yfir pottinn og hyldu handklæðið þar til það er kominn tími til að bera fram.

e) Berið fram heitt eða við stofuhita.

94. Basknesk lambalifur með rauðvínssósu

Hráefni

- 1 bolli þurrt rauðvín
- 1 matskeið rauðvínsedik
- 2 tsk Hakkaður ferskur hvítlaukur
- 1 lárviðarlauf
- $\frac{1}{4}$ tsk Salt
- 1 pund lambalifur
- 3 matskeiðar spænsk ólífuolía
- 3 sneiðar Beikon, saxað
- 3 matskeiðar fínt saxað ítalska
- Steinselja

Leiðbeiningar

a) Blandið víni, ediki, hvítlauk, flóa og salti saman í glerofnform. Bætið lifur út í og hjúpið vel með marineringunni.

b) Bætið beikoni út í og eldið þar til það er brúnt og stökkt. Tæmið á pappírshandklæði.

c) Fjarlægðu lifrina úr marineringunni og þerraðu hana. Brúnið lifrina á pönnu í 2 mínútur á hvorri hlið. Fjarlægðu á heitt fat.

d) Hellið marineringunni í heita pönnu og sjóðið, án loks, þar til hún hefur minnkað um helming. Dreifið beikonbitum yfir lifrina, hellið marineringunni yfir og stráið steinselju yfir.

95. Nautakjöt steikt í barolovíni

Hráefni

- 2 Hvítlauksrif, saxað
- $3\frac{1}{2}$ pund Nautakjöt, botnhringur eða chuck
- Salt, pipar
- 2 lárviðarlauf, fersk eða þurrkuð
- Tímían, þurrkað, klípa
- 5 bollar Vín, Barolo
- 3 matskeiðar Smjör
- 2 matskeiðar Ólífuolía
- 1 Laukur, meðalstór, smátt saxaður
- 1 gulrót, smátt skorin
- 1 Sellerístilkur, smátt saxaður
- $\frac{1}{2}$ pund sveppir, hvítir

Leiðbeiningar

a) Nuddaðu hvítlauk í kjöt. Kryddið með salti og pipar. Setjið kjöt í stóra skál.

Bætið við lárviðarlaufum, timjani og nægu víni til að hylja kjötið.

b) Bræðið 2 matskeiðar smjör með olíu í stórum þungum potti. Þegar smjör freyðir skaltu bæta við kjöti. Brúnið kjötið á öllum hliðum við meðalhita.

c) Fjarlægðu kjötið úr pottinum. Bætið lauk, gulrót og sellerí í pottinn. Steikið þar til það er léttbrúnað. Setjið kjötið aftur í pottinn. Hellið frátekinni marineringunni í gegnum sigti yfir kjötið.

d) Bræðið 1 msk smjör á meðalstórri pönnu. Steikið sveppi við háan hita þar til þeir eru gullnir. Bætið sveppum við kjötið og eldið 5 mínútur lengur.

96. Steikt skál í hvítvíni

Hráefni

- $\frac{3}{4}$ bolli ólífuolía; plús
- 2 matskeiðar ólífuolía
- $1\frac{1}{2}$ pund scrod flök; skera 2x 2 stykki
- $\frac{1}{4}$ bolli hveiti til dýpkunar; kryddað með
- 1 tsk bayou blast
- 1 tsk saxaður hvítlaukur
- $\frac{1}{2}$ bolli pera eða kirsuberjatómatar
- $\frac{1}{4}$ bolli Kalamata ólífur; sneið
- 2 bollar lauslega pakkuð oregano lauf
- $\frac{1}{4}$ bolli þurrt hvítvín
- 1 tsk saxaður sítrónubörkur

Leiðbeiningar

a) Dýptu fiskbita í krydduðu hveitinu, hristu afganginn af.

b) Setjið alla fiskbitana varlega í heita olíuna og eldið í 2 mínútur.

c) Í stórum sauté pönnu hita, hinar 2 matskeiðar ólífuolía yfir miðlungs hita. Bætið söxuðum hvítlauk út í og eldið í 30 sekúndur. Setjið fiskinn á pönnuna með tómötum, Kalamata ólífum, fersku oregano, hvítvíni, sítrónuberki, vatni og salti og pipar.

d) Lokið og eldið í 5 mínútur við meðalhita. Berið sósuna fram yfir fiskinn.

97. Calamari í umido

Hráefni

- 16 smáblettar, ferskt
- ¼ bolli ólífuolía, extra virgin
- 1 matskeið laukur; hakkað
- ½ matskeið hvítlaukur; hakkað
- ¼ tsk rauð pipar; mulið
- ⅓bolli Chardonnay
- ¼ bolli fiskikraftur
- 3 stk steinseljukvistar, ítalskar; hakkað
- Salt, pipar

Leiðbeiningar

a) Hreinsið og afhýðið smokkfiskinn ef það hefur ekki þegar verið gert af fiskmarkaðinum. Hitið ólífuolíuna á pönnu við meðalhita.

b) Steikið, laukinn, hvítlaukinn og mulinn rauða papriku í 30 sekúndur við meðalháan hita, bætið síðan niðursneiddum calamari og öllu hinu hráefninu út í.

c) Látið suðuna koma upp á pönnunni og látið malla í um það bil þrjár mínútur, þar til sósan hefur minnkað um það bil þriðjung. Býður upp á tvo forrétti eða fjóra forrétti.

98. Steiktir uxahalar með rauðvíni

Hráefni

- 6 pund uxahalar
- 6 bollar rauðvín
- ½ bolli rauðvínsedik
- 3 bollar Cipollini laukur eða perlulaukur
- 1½ bolli sellerí, sneið
- 2 bollar gulrætur, sneiddar
- 1 tsk einiber
- ½ tsk svört piparkorn
- Kosher salt, svartur pipar
- ⅓bolli hveiti
- ¼ bolli ólífuolía
- ⅓bolli Tómatmauk
- 2 matskeiðar steinselja

Leiðbeiningar

a) Settu uxahala í stóra óviðbragðsskál. Bætið við víni, ediki, cipollini lauk, sellerí, gulrótum, einiberjum, piparkornum og steinselju.

b) Brúnið uxahalana á öllum hliðum, í olíu í 10 til 15 mínútur.

c) Setjið uxahalana aftur á pönnuna með marineringunni, einiberjum, piparkornum og 2 bollum af vatni, Hrærið tómatmaukinu saman við þar til það er uppleyst. Lokið og bakað í 2 klst.

d) Bætið við fráteknu grænmetinu. Látið malla og stillið kryddið til

99. Fiskur í vínpotti

Hráefni

- 2 matskeiðar Smjör eða smjörlíki
- 1 meðalstór laukur, þunnt sneið
- $\frac{1}{2}$ bolli þurrt hvítvín
- 2 punda lúðuflök
- Mjólk
- 3 matskeiðar hveiti
- Salt, pipar
- 8$\frac{1}{2}$ aura Dós litlar baunir, tæmd
- 1$\frac{1}{2}$ bolli kínverskar steiktar núðlur

Leiðbeiningar

a) Bræðið smjör. Bætið lauknum út í og hitið, án loks, í örbylgjuofni, 3 mínútur. Bætið við víni og fiski og hitið.

b) Hellið pönnusafa í mæliglas og bætið nægri mjólk út í pönnusafa sem jafngildir 2 bollum.

c) Bræðið 3 matskeiðar af smjöri eða smjörlíki í örbylgjuofni í 30 sekúndur.

d) Hrærið hveiti, salti og pipar saman við. Hrærið smám saman í frátekinni fiskvökvablöndu.

e) Hitið, afhjúpað, í örbylgjuofni í 6 mínútur og hrærið oft þar til það er þykkt og slétt. Bætið baunum í sósuna.

f) Bætið sósu við fiskinn í pottinum og hrærið varlega. Hitið, afhjúpað, í örbylgjuofni í 2 mínútur. Stráið núðlum yfir fiskinn og hitið. Berið fram

100. Grillaðar svínakótilettur með víni

Hráefni

- 2 (16 aura) flöskur Holland House® rautt matreiðsluvín
- 1 matskeið saxað ferskt rósmarín
- 3 hvítlauksgeirar, saxaðir
- ⅓ bolli pakkaður púðursykur
- 1 ½ tsk borðsalt
- 1 tsk nýmalaður pipar
- 4 (8 únsur) miðjuskornar svínakótelettur, 3/4 tommu þykkar
- 1 tsk ancho chile duft

Leiðbeiningar

a) Hellið matreiðsluvíni í ílát sem ekki er úr málmi. Bæta við sykri, salti og pipar; hrærið þar til sykur og salt eru uppleyst. Hrærið kældu bragði innrennsli út í.

b) Setjið svínakótilettur í saltvatn svo þær séu alveg á kafi.

c) Forhitaðu grillið í miðlungs lágan hita, 325-350 gráður F.

d) Grill 10 mínútur; snúið við og grillið í 4-6 mínútur.

e) Fjarlægðu, hyldu með álpappír og láttu hvíla 5 mínútur áður en það er borið fram.

NIÐURSTAÐA

Nútíma uppskriftaframleiðendur eyða miklum tíma í að kynna heimabakað innrennsli, veig og rétti með víni. Og ekki að ástæðulausu: Sérsniðin síróp og líkjörar leyfa börum að búa til einkenniskokkteila sem ekki er alltaf hægt að endurtaka.

Flest hráefni er hægt að nota til að fylla með víni. Hins vegar, innihaldsefni sem innihalda náttúrulegt vatnsinnihald, eins og ferskir ávextir, hafa tilhneigingu til að skila betri árangri.

Hins vegar er valið þitt og tilraunir eru hluti af skemmtuninni. Hvort sem þú reynir verður árangurinn ánægjulegur!

www.ingramcontent.com/pod-product-compliance
Lightning Source LLC
LaVergne TN
LVHW050807061126
851857LV00012B/705